11.45

ANH-VIỆT
TỰ ĐIỂN BỎ TÚI

KINH DOANH-TÀI CHÍNH
CHUYÊN KHOA

ENGLISH-VIETNAMESE
BUSINESS-FINANCE
POCKET DICTIONARY

BIÊN SOẠN
EDITOR

FRANCIS M. ALBIN

PHỤ SOẠN VÀ PHIÊN DỊCH TRƯỞNG
ASSOCIATE EDITOR/CHIEF TRANSLATOR

CECILE PHƯỜNG LIÊN NGUYỄN THOMSON

NHÀ XUẤT BẢN:

"THE PAPER TIGER PRESS"
Post Office Box 3903
Kent, Washington 98032
U.S.A.

Tax Identification Number 94-3073552

Library of Congress Cataloging in Publication
Data 91-107461

Albin, Francis M.

Anh-Viet tu dien bo tui: kinh doanh-tai chinh chuyen khoa =
English-Vietnamese business – finance pocket dictionary
1: bien soan, Francis M. Albin

ISBN #0-9626407-0-0
1. Business, 2. Finance
R495.922 A335a   1990

Production and Technical Design: Janet Farnam
Cover Design: Dan McGibbon
Logo Design: Francis M. Albin

©1990 by The Paper Tiger Press
Post Office Box 3903
Kent, Washington 98032

10   9   8   7   6   5   4   3   2

Printed in the United States of America

ISBN #0-9626407-0-0

BẢN MỤC LỤC
(TABLE OF CONTENTS)

LỜI MỞ ĐẦU

Hiện nay hàng trăm ngàn người Việt đã và đang định cư trên toàn cõi Hoa Kỳ, hội nhập vào sinh hoạt văn hóa, kinh tế, và thương mại của xã hội mới là điều thiết yếu để xây dựng và phát triển đời sống cá nhân cũng như cộng đồng. Truyền thống là nhịp cầu cần yếu cho sự hội nhập nầy. Do đó, để đáp ứng nhu cầu nêu trên, quyển tự-điển Anh-Việt bỏ túi nầy lần đầu tiên được đặc biệt biên soạn cho các thương gia, các sinh viên ngành kinh doanh, và tất cả mọi người quan tâm muốn biết rõ hơn về những danh từ chuyên môn của ngành kinh doanh Hoa Kỳ.

Mặc dầu chúng tôi đã tận tâm sưu tầm và phiên dịch quyển tự-điển nầy trong mấy năm qua nhưng có thể vẫn còn có khuyết điểm. Ước mong quí vị chỉ giáo, góp ý để một quyển tự-điển Anh Việt kinh doanh-tài chính chuyên khoa chi tiết với hàng ngàn từ ngữ chuyên môn nhiều hơn sắp xuất bản trong tương lai sẽ được hoàn hảo.

Soạn giả:
Francis M. Albin
Giáo sư Khoa "Quản trị kinh Doanh".
Đại Học Cộng Đồng Highline,
Des Moines, Washington.

Phụ soạn và Phiên dịch:
Cecile Phường Liên Nguyễn Thomson
Cựu thông dịch và phiên dịch viên
Cơ quan USAID/Saigon, Việt Nam.

Preface

Today, hundreds of thousands of Vietnamese are making their new home in the United States of America. The understanding of the cultural, economic and commercial activity of the American society is necessary for the Vietnamese to be successful in starting their new lives and developing a distinctive cultural identity. Therefore, finding out what is necessary to know, this *ENGLISH-VIETNAMESE BUSINESS-FINANCE POCKET DICTIONARY*, for the first time, has been especially developed for the business person and general consumer who wants to better understand the language of American business and its colorful terminology.

Though we have devoted the past few years to research, there still may be some mistakes and deficiencies in our translations. We hope that anyone who finds something that needs to be changed or corrected or added, will please contact us so that in the future we may publish an expanded and a more complete version of the *ENGLISH-VIETNAMESE BUSINESS-FINANCE POCKET DICTIONARY*.

> Francis M. Albin, Editor
> Cecile Phuong Lien Ngyyen Thomson,
> Associate Editor and Chief Translator

Inquiries may be written to:

THE PAPER TIGER PRESS
P. O. Box 3903
Kent Washington, 98032
U.S.A.

ACKNOWLEDGEMENTS

As editor, I want to extend a special thanks to **Mrs. The Gia Ha** of Torrance, California who prepared the first hand written, translated draft of a comprehensive edition of the English-Vietnamese Business Dictionary which is still in progress. The dictionary project grew out of discussions with Mrs. Ha, a former business student of mine in 1979-80. Also, I learned that the roots of Vietnamese business terms were similar to those in the Japanese language with which I am familiar. The Chinese language had influenced both Japanese and Vietnamese languages in the past. Special trips to major university and public libraries turned up no English-Vietnamese business dictionaries existing among the technical dictionaries. Nor did I find such dictionaries in the major international book stores of New York, Paris, or Tokyo in my travels. Therefore the dictionary projects continues to this day.

Also, I thank **Ms. Hua Kim Chi** on typing abbreviations and **Ms. Nguyen Bich Huong** on translating selected legal terms. The following people spent many hours typing various drafts into a master computer file: **Ms. Huynh Ngoc Dung, Ms. Huynh Le Xuan**, and **Mr. Tran Quoc Cuong**.

This modest pocket dictionary and others to follow in the future might never have progressed to this point without the nearly ten years of working with **Mrs. Cecile (Phuong Lien Nguyen) Thomson**, Associate Editor and Chief Translator. Her intellect, language and linguistic skills long ago made her the logical choice in carrying on this most challenging and rewarding project. As editor, I apologize for the inaccuracies and cultural factors that may not translate between American English and Vietnamese languages.

Francis M. Albin, B.S., M.B.A.
Editor

vi

LỜI CẢM TẠ

Soạn giả đặc biệt cảm tạ bà Hà Gia Thế ở Torrance, California, người đã soạn và lược dịch bản thảo đầu tiên của quyển tự điển ngành kinh doanh. Dự án lập quyển tự điển nầy đã phát sinh từ những buổi thảo luận với bà Hà, một sinh viên ngành "Quản trị kinh doanh" của soạn giả từ năm 1979-1980. Soạn giả được biết căn nguyên của từ ngữ kinh doanh Việt Nam cũng tưởng tự căn nguyên của những từ ngữ kinh doanh Nhật Bản mà soạn giả đã am tường. Trong quá khứ, ngôn ngữ Trung Hoa đã có ảnh hưởng sâu rộng đến ngôn ngữ Nhật Bản cũng như ngôn ngữ Việt Nam. Trong những chuyến viếng thăm của soạn giả tại các trường đại học lớn và các thư viện công cộng, soạn giả không thấy có quyển tự điển Anh-Việt ngành Kinh Doanh nằm bên cạnh các quyển tự điển chuyên môn khác. Soạn giả cũng không tìm thấy quyển tự điển nầy trong các nhà sách quốc tế lớn tại các thành phố Nữu Ước, Ba Lê hay Đông Kinh mà soạn giả đã đi qua. Vì thế chương trình lập quyển tự điển ngành chuyên môn nầy tiếp tục đến ngày hôm nay.

Soạn giả cũng xin ngỏ lời cảm tạ cô Hứa Kim Chi trong việc đánh máy các từ ngữ viết tắt, cô Nguyễn thị Bích Hường trong việc phiên dịch những từ ngữ luật pháp chọn lọc và những cộng sự viên sau đây đã dành nhiều thì giờ trong việc đánh những bản sơ thảo vào máy điện toán: cô Huỳnh Ngọc Dung, cô Huỳnh Lệ Xuân và anh Trần Quốc Cường.

Quyển tự điển bỏ túi giản dị nầy và những quyển tự điển khác sẽ xuất hiện trong tương lai có thể không thực hiện được nếu không có sự hợp tác của bà Cecile Phường Liên Nguyễn Thomson, người phụ soạn cũng tác giả và cũng là phiên dịch trưởng của dự án nầy trong gần mười năm nay. Do trí thức và khả năng ngôn ngữ của bà có từ nhiều năm, bà đã được chọn để thực hiện dự án khó khăn nhất và cũng nhiều tưởng thưởng nhất nầy.

Soạn giả xin tạ lỗi cùng quí độc giả nếu có những không chính xác trong sự phiên dịch những từ ngữ thuộc yếu tố văn hoá mà có thể không tương thông giữa hai ngôn ngữ Anh-Việt.

Soạn giả

Francis M. Albin, B.S., M.B.A.

A

Abacus – Bàn toán Trung Hoa.

Ability – Năng lực; khả năng thực hiện một việc làm hay một chức vụ hay một công tác nào đó.

Absent – Vắng mặt, khiếm diện; thiếu.

Abstract of title – Bằng khoán toát yếu; bằng khoán trích yếu.

Acceptance – Sự chấp nhận, sự chấp thuận, sự nhận lãnh.

Accident – Tai nạn; sự, việc ngẫu nhiên.

Accident and health insurance – Bảo hiểm tai nạn và sức khoẻ.

Accord – Sự đồng ý, thỏa hiệp; sự tán thành của đôi bên.

Account – Trương mục (ngân hàng); tồn khoản (kế toán).

Accountancy – Nghề kế toán, hành sự kế toán.

Accountant – Kế toán viên.

Account executive – Người trong mãi chứng khoán.

Accountant's opinion – Tường trình kế toán viên.

Accounting – Kế toán.

Accounting department – Phòng kế toán.

Accounting equation – (Assets = Liabilities + Owner's equity) - Phương trình kế toán (Tài sản = Nợ + Vốn).

Accounting methods – Những phương pháp kế toán.

Accounting period – Kế toán định kỳ.

Accounting policy – Quy tắc kế toán.

Accounting system – Hệ thống kế toán.

Accounts payable – Trương mục phải trả; tiền xí nghiệp, hãng buôn, v.v. nợ người khác.

Accounts receivable – Trương mục sẽ thu; tiền người ta nợ xí nghiệp.

Account sales – Trương mục bán chịu.

Accrual – Tích luỹ; sự dồn lại; sự thừa nhận số thâu nhập (lợi tức, huê lợi) hoặc số chi tiêu nhưng chưa lưu vào sổ sách kế toán.

1

Accrual accounting

Accrual accounting – Kế toán tích luỹ.

Accrued expenses – Những chi tiêu dồn lại trước khi lưu vào sổ sách kế toán.

Accrued income – Lợi tức dồn lại nhưng chưa thâu nhận.

Accrued liability – Nợ phát sinh bởi những chi tiêu nhưng chưa trả.

Accrued revenue – Huê lợi thâu nhập được thừa nhận nhưng chưa lưu vào sổ kế toán.

Acct. – Chữ viết tắt của account (trương mục).

Accumulated depreciation – Chiết cựu tích luỹ.

Acquisition – Sự mua được; tậu được; vật tậu được.

Acquisition cost – Giá mua sau các lệ phí (bất động sản)

Acre – Mẫu Anh : 4.046 thước vuông.

Ad hoc – Đắc biệt.

Ad valorem tax – Thuế đánh theo trị giá của bất động sản hay động sản.

Adding machine – Máy tính.

Address – Địa chỉ; bài diễn thuyết; sự phát biểu; diễn thuyết; gửi đi (thư từ).

Administer – Quản lý, điều khiển, cai trị.

Administration – Nền hành chánh, sự quản trị.

Administrator – Quản trị viên; chánh sự vụ; người quản lý tài sản, quản tài (cho vị thành niên); đốc sự (hành chánh).

Advertise – Quảng cáo.

Advertising agency – Cơ quan quảng cáo.

Advice – Lời khuyên; sự cố vấn; chỉ bảo.

Advisor – Người khuyên bảo; cố vấn; người chỉ bảo.

After tax profit – Lợi nhuận sau các sắc thuế.

Agency – Cơ quan.

Agent – Người của đại lý, đại diện của một hãng.

Agreement – Sự đồng ý; tổ hợp đồng; thỏa ước.

Agribusiness – Nông thương (Kỹ nghệ chế tạo, sản xuất, phân phối và tài trợ các loại thực phẩm: tươi, khô, đông lạnh, v.v.)

Agriculture – Nông nghiệp; canh nông.

Aid – Giúp đỡ; trợ giúp; viện trợ.

Air letter – Thư gửi bằng đường hàng không.

Air-conditioning – Điều hòa không khí.

Airline company – Công ty hàng không.

Alien – Ngoại kiều.

Alien corporation – Công ty ngoại kiều hoạt động tại Mỹ Quốc.

Alien immigrant – Kiều dân; dân di trú từ nước ngoài vào.

Allocation – Sự phân phối.

Allotment – Sự phân phát; sự cấp dữ.

Allowance – Tiền phụ cấp, cấp dưỡng; cấp khoản.

Allowance for doubtful accounts – Khoản tiền dự trù thất thu.

Amalgamation – Sự hợp nhất nhiều công ty.

Ambulance – Xe cứu thương.

Amend – Tu chỉnh; cải tiến; cải lương; cải thiện.

American – Người Mỹ; thuộc về nước Mỹ.

Amortization – Sự trả lần; sự trừ dần (một số nợ), giảm trái.

Amount – Số lượng.

Analysis – Phép phân tích; sự phân tích; sự kiểm điểm.

Anglo-Saxon Law – Luật phổ thông Anh quốc thời xa xưa.

Animal – Thú vật.

Annual income – Lợi tức thường niên.

Annual report – Bản phúc trình thường niên.

Annuity – Niên kim (tiền được hưởng hoặc góp hàng năm).

Anti-trust law – Luật ngăn ngừa sự phát triển quá mức khiến có thể đi đến độc quyền của một công ty.

Apartment – Đơn vị gia cư trong một chung cư.

Apartment building – Tòa nhà chung cư.

Apology – Sự tạ tội; lời biện giải.

Appliance – Dụng cụ; đồ thiết lập; máy móc dùng trong nhà (máy rửa chén, máy giặt, máy xấy, v.v.).

Application form

Application form – Mẫu đơn thỉnh nguyện, xin một việc gì; đơn xin việc.

Appointment – Sự hẹn gặp; sự bổ nhiệm.

Appraised value – Giá giám định.

Appreciation – Sự tăng giá tài sản theo thị trường, sự thăng giá; sự định giá, đánh giá.

Apprentice – Người tập nghề; người tập sự.

Apprenticeship – Thời kỳ học nghề; tập nghề.

Arbiter – Trọng tài; người trung gian hòa giải, điều đình; công đoàn nhân.

Arbitration – Sự điều đình; trọng tài.

Architect – Kiến trúc sư.

Arithmetic mean – Phép tính trung bình.

Articles of co-partnership – Khế ước công ty hợp doanh.

Articles of incorporation – Khế ước, văn kiện công ty hợp cổ. [2]

Artisan – Thợ thủ công.

As is – Nguyên trạng.

Ask quotation – Thời giá người muốn bán.

Asking price – Giá muốn bán.

Assay – Sự phân tích thành phần của kim loại, đặc biệt vàng và bạc.

Assembly line – Một khâu, hệ thống sản xuất dây chuyền.

Assessment – Sự đánh giá; định giá một tài sản để đánh thuế.

Assessor – Bồi thẩm, phụ thẩm; giám định viên.

Asset – Tài sản, tích sản.

Asset turnover (Sales/Total asset) –Tỷ lệ hoàn vốn trong một thời gian định (Số hàng bán tính theo đơn vị thời gian/Tổng số vốn); suất doanh thu.

Asset valuation – Sự định giá tài sản.

Assistant – Phụ tá.

Association – Hội, đoàn thể.

Atomic power – Nguyên tử lực.

Attitude – Thái độ.

Attorney at law – Cố vấn pháp luật.

Auction – Sự bán đấu giá.

Auctioneer – Người bán đấu giá.

Audit – Kiểm tra; soát, xét; kiểm toán (sổ sách).

Audit report – Bản tường trình kiểm tra sổ sách kế toán.

Auditing – Sự kiểm tra sổ sách kế toán; sự kiểm toán.

Auditor's opinion – Ý kiến của ủy viên kiểm toán.

Authority – Sự cho phép, ủy quyền; người cầm quyền, nhà cầm quyền, nhà đương cuộc.

Automation – Phương pháp kiểm soát tự động bằng máy điện tử.

Automobile – Xe hơi, ô-tô.

Automobile insurance – Bảo hiểm xe hơi.

Average – Trung bình; bực trung; phổ thông, bình thường.

Average daily balance – Bản đối kết trung bình hằng ngày.

Aviation – Thuật phi hành; thuật hàng không.

Avoidance – Sự tránh khỏi, sự hủy bỏ, sự thủ tiêu.

Award – Sự trả, bồi thường thiệt hại (luật); giải thưởng.

B

Bad debts – Nợ thất thu; trái khoản nan sách.

Balance – Sự cân bằng; bản đối chiếu, bình chuẩn biểu; sai ngạch; kết số.

Balance due – Phần nợ còn thiếu đến hạn đòi.

Balance of payment – Cần chi phó; sai suất tiền tệ chi phó và thu lợi của một quốc gia ở một thời điểm nào.

Balance of trade – Cần mậu dịch; sai suất mậu dịch (hàng xuất khẩu và nhập khẩu) ở một thời điểm nào.

Balance sheet – Đối kết biểu; bản đối kết.

Balloon payment – Kỳ trả góp lớn sau cùng của tiền vốn đã vay mượn.

Bank

Bank – Ngân hàng; nhà băng.

Bank (credit) card – Thẻ tín dụng do ngân hàng hay các doanh thương lớn cấp.

Bank accounting – Kế toán ngân hàng.

Bank balance – Kết số tiền còn lại trong trương mục ngân hàng (ghi trong tờ lược kê các chi phiếu cá nhân đã dùng).

Bank deposit – Tiền ký thác vào ngân hàng.

Bank deposit slip – Phiếu ghi tiền ký thác vào ngân hàng.

Bank draft – Chi phiếu, hối phiếu, phiếu khoản chi dụng giữa các ngân hàng.

Bank examiner – Kiểm tra viên ngân hàng.

Bank interest – Tiền lời ngân hàng.

Bank notes – Sao phiếu, thứ giấy bạc mà ngân hàng dùng để trả một số tiền nhất định cho người mang giấy đó; giấy bạc.

Bank statement – Bản lược kê các chi phiếu hoặc ngân phiếu ký thác của khách hàng trong một thời gian định nào đó.

Bankruptcy – Sự phá sản, vỡ nợ.

Bar – Vành móng ngựa (luật); cản trở, ngăn chặn (một hành động, sự tố tụng) một cách hợp pháp; quán rượu.

Bar examination – Cuộc thi hành nghề luật của tiểu bang.

Barber – Thợ hớt tóc.

Bargain – Sự mặc cả giữa hai bên để mua bán hàng hóa hay làm công việc gì; hàng mua được với giá rẻ; khế ước, giao kèo về điều kiện mua bán.

Bargaining agent – Nghiệp đoàn đại diện (công nhân) thương thảo.

Barge – Xà lan.

Barrel – Đơn vị đo lường (thường dùng để đong dầu thô) bằng 42 gallons Mỹ (dùng đong bia thì tính 31 gallons).

Bartender – Người pha rượu và chiêu đãi khách hàng ở quán rượu.

Barter – Sự đổi chác, giao hoán hiện vật.

Base pay – Lương căn bản (không kể tiền làm giờ phụ trội, tiền thưởng...).

Basic industries – Kỹ nghệ chính của một quốc gia (như kỹ nghệ sắt, thép, dầu hỏa, xe hơi, xe lửa...).

Basic research – Sưu tầm cổ bản (không có mục đích áp dụng tức thời).

Basis – Căn bản; nền tảng.

Basis point – Bằng 1/100 của 1% tiền lời.

Basket – Cái giỏ, thúng, rổ.

Battery – Bình chứa điện, pin.

Bear – Người đầu cổ (cho rằng giá chứng khoán sẽ giảm).

Bear market – Thị trường chứng khoán trong đó giá chứng khoán có khuynh hướng sụt.

Beginning balance – Bản sai-ngạch đầu niên khóa kế toán .

Beginning inventory – Bản kê khai hàng tồn kho khởi đầu niên khóa kế toán.

Beneficiary – Người thừa hưởng (gia tài, tiền bạc và những quyền lợi khác mà người mua bảo hiểm đã chỉ định trong khế ước bảo hiểm).

Bequeath – Để lại, di tặng (bằng di chúc).

Bequest – Vật để lại, di tặng (bằng di chúc).

Bet – Đánh cuộc, đánh cá.

Bias – Thiên kiến, thành kiến; khuynh hướng; đường nghiêng, xiên (thống kê).

Bicycle – Xe đạp.

Bid – Giá đề nghị để mua, để thầu.

Bid price – Giá người mua đề nghị (trong việc mua bán chứng khoán).

Bidder – Người trả giá (để mua chung khoan v.v.).

Big business – Thương vụ lớn.

"Big Eight" – Tám công ty kế toán lớn nhất ở nước Mỹ.

Bill – Phiếu tính tiền; tờ giấy bạc; văn tự nợ, giấy nợ (thương); dự luật; lập danh sách.

Bill of lading – Tải hóa, vận hóa đơn; tờ biên nhận giao hàng.

Bill of sale – Văn kiện chuyển giao chủ quyền tài sản.

Bill payable – Nợ phải trả; thầu phiếu.

Billion – Một tỷ (một ngàn triệu).

Black market – Chợ đen

Blacklist – Số bìa đen (danh sách tên những công nhân có xu hướng với nghiệp đoàn; danh sách này được luân chuyển trong giới chủ nhân để không thuê mướn những công nhân này).

Blackmail – Làm tiền; tống tiền; cưỡng đoạt.

Blacksmith – Thợ rèn.

Blue book – Sách xanh ghi ước lượng giá xe hơi cũ và mới bán lẻ và giá bán sỉ (do hiệp hội các nhà phân phối xe hơi ấn hành).

Blue chip investment – Sự đầu tư chứng khoán hay trái phiếu có lời và bảo đảm nhất.

Blue collar worker – Nhân công, lao công.

Blue laws – Luật quy định về những hoạt động giải trí, làm việc và buôn bán vào ngày chúa nhật.

Blue-sky laws – Luật thẩm định việc phát hành cổ phần và trái phiếu nhằm ngăn ngừa sự gian lận.

Board of Directors – Ban quản trị; ban giám đốc.

Boat – Chiếc thuyền, ghe.

Bogus – Giả, giả đò, làm bộ.

Bogus check – Ngân phiếu ma (ngân phiếu không có tiền bảo chứng ở ngân hàng).

Bona fide – Có thiện ý; thành thật; chân thật.

Bond – Trái phiếu, trái khoán: giấy nợ trong đó người vay đồng ý trả một số tiền đã định cộng với tiền lời có lãi xuất không thay đổi trong một thời gian chỉ định.

Bond market – Thị trường trái phiếu.

Bonus – Tiền thưởng hoặc tiền phụ trội trả cho nhân viên; chứng khoán cấp cho người mua trái phiếu và cổ phần như một loại tiền thưởng; một số tiền trả thêm trong việc thuê những ngoài số tiền trả cho chủ quyền (đặc biệt trong kỹ nghệ hầm mỏ); thưởng cấp.

Bookkeeper – Nhân viên giữ sổ sách chi thu, bút toán viên.

Bookkeeping – Nghề giữ sổ sách chi thu.

Books – Các loại sổ sách của công ty thương mại.

Books of account – Sổ kế toán (ghi mỗi mục, tồn khoản chi thu của công ty thương mại).

Bookstore – Tiệm sách, nhà sách.

Boom – Sự khuyếch trưởng mạnh, mở mang lớn; sự phát đạt thịnh lĩnh; sự tăng vọt; sự tiến phát.

Borrow – Vay, mượn.

Borrowed capital – Vốn vay mượn.

Borrower – Người vay, mượn.

Bottle – Chai, lọ.

"Bottom line" – Tiền lời còn lại sau khi đã trừ tất cả sở phí và các sắc thuế.

Boxcar – Toa chở hàng hóa (xe lửa).

Boycott – Để chế; tẩy chay (cổ động để những hãng khác không mua bán hàng hóa với một hãng đang có xung đột với công nhân).

Branch – Chi nhánh (hãng buôn, ngân hàng); ngành; cục (quân y, truyền tin, v.v.)

Branch manager – Quản lý chi nhánh (tiệm, hãng buôn, v.v.)

Branch office – Văn phòng chi nhánh.

Branch store – Chi nhánh của một tiệm chính.

Brand – Nhãn hiệu, tên hiệu.

Brand name – Nhãn hiệu, tên hiệu của một sản phẩm.

Break-even point – Quân bình điểm ; điểm huề vốn.

Brewery – Hãng làm rượu bia.

Bribery

Bribery – Sự hối lộ; sự đút lót, sự lo lót.

Briefcase – Cặp đựng giấy tờ.

Broker – Người trung gian, môi giới mua bán (cổ phần, trái phiếu,nhà cửa, v.v.).

Budget – Ngân sách.

Budget period – Thời gian ngân sách được áp dụng (một tháng, mỗi tam cá nguyệt, một năm, hai năm hay nhiều năm,v.v..).

Building – Cao ốc.

Bull – Người đầu cơ lúc giá (chứng khoán) lên cao.

Bull market – Thị trường đầu cơ tăng giá (chứng khoán).

Bulletin – Bản thông cáo; yết thị.

Bullion – Vàng bạc, quý kim.

Bullish – Tăng hoặc làm tăng giá chứng khoán.

Bureau – Bàn giấy, văn phòng làm việc; tủ có ngăn kéo.

Bus – Xe buýt, xe đò.

Bushel – Một giạ lúa (đơn vị đo lường thể tích bằng 36 lít).

Business – Việc làm, nghề nghiệp; công việc mua bán; thương mại, doanh nghiệp, kinh doanh.

"Business Administration" – Ngành học "Quản trị kinh doanh" ở bậc Cao đẳng Đại học Mỹ.

Business card – Thiệp in cỏ sở kinh doanh (tiệm ăn, tiệm buôn,v.v.) để giao dịch; danh thiếp.

Business credit – Tín dụng thương mại.

Business cycle – Chu trình kinh doanh.

Business firm – Công ty; hãng, xưởng (hoạt động thương mại).

Business law – Luật thương mại.

Business license – Môn bài, giấy phép để kinh doanh.

Business management – Sự quản lý, quản trị doanh thương.

Business report – Bản báo cáo việc kinh doanh.

Business survey – Sự thăm dò các hoạt động kinh doanh.

Business tax – Thuế doanh thương.

Business transactions – Những nghiệp vụ thương mại, kinh doanh.

Business trip – Chuyến đi có tính cách, mục đích thương mại, kinh doanh.

Businessman – Thương gia; nhà kinh doanh.

Businesswoman – Nữ thương gia.

"Bust" – Sự thất bại, sụp đổ một doanh nghiệp.

Butcher – Người cắt thịt, bán thịt, đồ tể; người độc ác, hung dữ; kẻ sát nhân; người bán các thức ăn vặt (kẹo, bánh), thức uống, báo chí trên xe lửa, sân vận động, v.v..; (đ.t.) làm hỏng (một công trình, họa đồ, v,v,); làm vụng về.

Buy – Mua, mua sắm.

Buyers – Người mua.

By-product – Sản phẩm.

Bylaws – Theo luật; bản nội quy.

C

Cab driver – Tài xế tắc xi.

Cafe – Cà phê; quán cà phê.

Cafeteria – Phạn điếm tự túc (thực khách tự mang thức ăn ra bàn).

Cancelled check – Chi phiếu đã thanh hoàn.

Capital – Thủ đô; tiền vốn; tư bản.

Capital asset – Tài sản dùng làm vốn hoạt động (đất đai, nhà cửa, máy móc, v.v.).

Capital budget – Ngân khoản dự trù mua các tài sản có tính cách lâu dài như đất đai, cơ xưởng, máy móc; ngân sách đầu tư.

Capital stock – Vốn cổ phần.

Capitalism – Chủ nghĩa tư bản.

Capitalistic economy – Kinh tế tư bản.

Career – Nghề nghiệp, chức nghiệp.

Cargo – Hàng vận tải trên tàu thủy, tàu bay hay xe.

Carpenter

Carpenter – Thợ mộc.

Carriers – Người chuyên chở; công ty vận tải.

Cash – Tiền mặt; rút tiền mặt ra khỏi trương mục.

Cash account – Trương mục hiện kim; tài khoản hiện kim.

Cash accounting – Bút toán các nghiệp vụ chi thu bằng tiền mặt.

Cash audit – Kiểm tra các nghiệp vụ chi thu bằng tiền mặt trong thời gian định.

Cash balance – Dự khoản hiện kim, kết số hiện kim.

Cash book – Sổ gốc ghi chép các khoản chi thu bằng tiền mặt.

Cash discount – Sự bớt, giảm giá khi người mua trả tiền liền hay sớm hơn thời gian qui định.

Cash dividend – Tiền lời trả bằng hiện kim cho những người có cổ phần trong công ty.

Cash (spot) market – Thị trường mua bán bằng hiện kim.

Cash payments – Sự trả bằng tiền mặt; xuất ngân.

Cash price – Giá bán theo tiền mặt.

Cash receipts – Sự nhận, thu tiền mặt; nhập ngân.

Cash register – Máy tính tiền (ở các cửa hàng).

Cash sales – Tiền bán hàng nhận bằng hiện kim.

Cashier – Thu ngân viên, thủ quỹ, trưởng quỹ.

Cashier's check – Chi phiếu do thủ quỹ ngân hàng nhận thực chỉ dùng cho những nghiệp vụ ngân hàng.

Caveat emptor – Người mua được báo trước sự may rủi thuộc về phần họ vì người bán không bảo đảm hàng họ bán.

Cent – Tiền xu.

Central bank – Ngân hàng trung ương.

Certificate of deposit (CD) – Chứng thư tiền ký thác có sinh lời trong hạn định.

Certified check – Chi phiếu có thị chứng.

Chain store – Tiệm chi nhánh (của một hiệu buôn lớn).

Chairman – Chủ tịch (chair person).

Chairman for the Board – Chủ tịch một ban, uỷ ban, bộ..

Chamber of commerce – Phòng thương mại; thương hội, thương đoàn.

Change fund – Quỹ tiền lẻ.

Charge – Trách vụ; sự buộc tội; sự tính tiền; phí tổn; tiền thù lao; đảm phụ; giá biểu; sự buộc tội (luật).

Chauffeur – Tài xế.

Check (n) – Ngân phiếu, chi phiếu.

Check (v.t.) – Kiểm điểm, kiểm soát.

Checkbook – Tập ngân phiếu.

Checking account (Demand deposit) – Trương mục chi dụng; trương mục vãng lai.

City planning – Thiết kế đô thị.

Civil engineering – Kỹ sư công chánh.

Claim – Khiếu nại, thỉnh cầu.

Classified ads – Mục rao vặt (được xếp thành nhiều loại).

Clerk – Thư ký (văn phòng, tiệm buôn, v.v.).

Clerk typist – Thư ký đánh máy.

Close corporation – Công ty thành lập có tính cách gia đình, cổ phần thuộc trong tay một số ít người, không bán ra ngoài.

Closing costs – Phí tổn làm thủ tục giấy tờ kết thúc sự mua bán bất động sản (sang chứng thư chủ quyền, lệ phí trên số nợ vay, thuế bất động sản, lệ phí bảo hiểm nợ để đương, v.v.).

Clothing – Quần áo.

Coal – Than (dùng để đốt).

Code of ethics – Qui tắc luân lý học, đạo đức học.

Coffee break – Giờ nghỉ giải lao.

Coins – Loại tiền đồng.

Collateral – Đồ cầm thế, tài sản bảo chứng món nợ.

Collective bargaining – Sự thương lượng chung để đi đến một khế ước giữa đại diện công nhân và quản lý công ty về giờ làm việc, điều kiện làm việc, lương bổng, v.v..

College – Trường cao đẳng (Mỹ); tập đoàn, đoàn thể.

Collision insurance

Collision insurance (automobile) – Bảo hiểm trường hợp hai hoặc nhiều xe đụng nhau.

Commerce – Sự buôn bán, thương nghiệp, thương mại.

Commercial bank – Ngân hàng thương mại (cung ứng mọi dịch vụ liên quan đến các trương mục vãng lai, tiết kiệm và cho vay đoản kỳ).

Commission – Tiền huê hồng; uỷ ban, hội đồng; sự uỷ thác, uỷ quyền; sứ mạng, nhiệm vụ.

Committee – Uỷ ban.

Commodities – Hàng hóa, hóa vật, thực phẩm, sản vật, đồ dùng hàng ngày.

Commodity tax – Thuế đánh vào các nghiệp vụ liên quan đến hàng hóa.

Common carrier – Hãng chuyên chở công cộng: người hoặc hàng hóa (đường bộ, đường thủy, đường sắt, đường hàng không).

Common law – Luật phổ thông, thường luật.

Common stock – Cổ phần công hữu (của một công ty).

Communism – Chủ nghĩa cộng sản.

Community property – Tài sản cộng đồng (tài sản chung của vợ chồng).

Company – Công ty; khách, bạn.

Company president – Giám đốc công ty.

Compensation – Sự bồi thường, đền bù.

Competition – Sự cạnh tranh, tranh đua.

Complaint – Sự than phiền; sự khiếu nại, khiếu tố.

Compound interest – Lũy tức (tiền lời tích lũy, dồn lại).

Comptroller – Viên giám sát, kiểm soát viên (như chữ "controller").

Computer – Máy điện toán.

Condo – Chữ viết tắt hoặc gọn lại của "Condominium".

Condominium – Chung cư; chủ quyền chung; cộng đồng chủ nghĩa.

Conference room – Phòng họp.

Congress – Quốc hội.

Consideration – Tiền thưởng; sự bù đắp; tiền bảo chứng.

Construction – Sự xây dựng; xây cất, kiến trúc.

Consultant – Cố vấn(người), tư vấn; nhà chuyên môn.

Consumer – Người tiêu thụ.

Consumer credit – Tín dụng tiêu thụ.

Consumer goods – Hàng tiêu thụ.

Consumer loan – Trái vụ tiêu thụ.

Consumer Price Index (CPI) – Chỉ số giá tiêu thụ.

Container – Vật dụng để chứa, đựng (thùng, hộp, bình, v.v..).

Container ship – Tàu chở hàng hoá.

Contract – Khế ước, hợp đồng, giao kèo.

Contract carrier – Công ty vận tải, chuyển chở hàng hoá, đồ đạc trong nhà (bàn, ghế, tủ, giường, v.v.) theo hợp đồng.

Contract price – Giá thoả thuận giữa hai bên trong hợp đồng; giá khoán..

Contractor – Người lập khế ước, người ký hợp đồng.

Control – Kiểm soát, kiểm tra; điều khiển.

Convenience good – Tiện nghi phẩm (thuốc lá, diêm quẹt, đồ cạo râu, v.v..).

Conventional loan – Nợ để đường dài hạn (bất động sản) theo qui chế ngân hàng hay những tổ chức cho vay mà không có sự đảm bảo của chính quyền.

Co-op (Cooperative) – Hợp tác.

Copyright – Bản quyền của một tác phẩm.

Corp. – Chữ viết tắt của Corporation : Công ty.

Corporate charter – Văn kiện cho phép thành lập công ty.

Corporate tax – Thuế công ty phải chịu (đánh ở mức lời bình thường.

Corporation – Công ty; đoàn thể.

Co-signer – Người cùng ký với người khác tên trên một văn kiện.

Cost – Phí tổn; sở phí; sở hụi; giá cả.

Cost

Cost – Phí tổn; sở phí; sở hụi; giá cả.

Cost accounting – Kế toán giá thành, giá vốn; sự bút toán và báo cáo các phí tổn trong một công ty hay xí nghiệp cũng như tiên đoán, dự trù các phí tổn trong tương lai.

Cost of goods sold – Giá hàng bán sau các phí tổn (số tồn kê đầu niên khóa kế toán + tiền bỏ thêm hàng - số tồn kê cuối niên khóa kế toán).

Cost of living – Giá sinh hoạt.

Cost price – Giá vốn.

Counterfeit money – Tiền giả.

Coupon – Vé, phiếu có chiết khấu.

Court – Tòa án, pháp viện.

Coverage – Tiền bồi thường; thưởng kim.

Craft union – Nghiệp đoàn của những người có nghề chuyên môn như thợ mộc, thợ vẽ, thợ điện, v.v..

Credit – Lòng tin tưởng, tín nhiệm; chịu, thiếu (mua, bán); tín chỉ (đại học); tín dụng..

Credit line – Giới hạn vay tiền; mức tín dụng tối đa.

Credit sales – Sự bán chịu; bán thiếu.

Credit union – Nghiệp hội tín dụng.

Creditor – Chủ nợ, trái chủ.

Crime – Tội ác, sự vi phạm hình luật; tội đại hình, trọng tội.

Crisis – Sự, cuộc khủng hoảng.

Crude oil – Dầu chưa lọc, dầu thô.

Currency – Tiền tệ, tiền lưu hành gồm tiền giấy và tiền đồng.

Current assets – Tài sản hiện hữu (gồm tiền mặt, tiền sẽ thu từ khách hàng, chứng khoán và hàng hóa hiện có trong kho).

Current liabilities – Trái vụ ngắn hạn hiện hành (thường là một năm hay ít hơn).

Current ratio – Tỷ lệ giữa tài sản hiện có và các món nợ phải trả trong thời gian ngắn. Tỷ lệ này dùng để đo lường khả năng trả nợ của một công ty (Tài sản hiện hữu/Nợ phải trả).

Custom duties – Thuế thưởng chánh, quan thuế.

Customer – Khách hàng.

Cycle – Chu kỳ, chu trình, tuần hoàn.

D

Damage – Thiệt hại, hư hại; tiền bồi thường tổn hại, tiền bồi-tồn.

Damage deposit – Tiền thế chân cho sự tổn hại (nếu có).

Dealer – Người phân phối; nhà đại lý đặc biệt bán một loại sản phẩm (đại lý xe hơi).

Death tax – Thuế thừa tự.

Debenture – Trái khoán, trái vụ.

Debenture bond – Trái khoán; chứng chỉ trái quyền (trái phiếu không có gì bảo chứng ngoại danh tiếng của công ty. Chỉ có những công ty lớn nổi tiếng mới có thể phát hành loại trái khoán này).

Debt (liabilities) – Tiền nợ; trái vụ.

Debtor – Người vay nợ; tá chủ; phụ trái.

Decision – Sự giải quyết, sự quyết định; điều nghị quyết.

Deductions – Sự giảm bớt, sự trừ bớt.

Deed – Việc làm; hành vi, hành động; chứng thư.

Deed of trust – Tờ cam kết trả nợ để đưỡng theo đúng định kỳ; chứng thư tín thác.

Deed, to – Chứng thư để chuyển giao tài sản.

Default – Tình trạng khuyết tịch, vắng mặt; sự khiếm diện; tình trạng không có thừa tự; sự thiếu sót không thi hành việc gì; sự phá sản, vỡ nợ.

Defective – Có khuyết điểm, có tì vết, không toàn hảo.

Defendant – Bị cáo; người bị thưa kiện.

Defense industry – Kỹ nghệ quốc phòng, chế tạo vũ khí.

Deferred (postponed) – Hoãn lại; diên trì; triển hoãn; trì hoãn.

Deficit

Deficit (accumulated losses) – Thiếu hụt (ngân sách); lỗ lã; thâm thủng (tiền bạc); khiếm ngạch.

Deflation – Sự giảm giá; sự làm xẹp; sự làm giảm bớt; giảm phát.

Delegation – Sự cắt cử, ủy nhiệm, ủy quyền.

Delegation of authority – Sự ủy quyền, giao quyền một cách chính thức.

Delinquent tax – Thuế thiếu không trả, để quá hạn kỳ.

Delivery man – Người giao hàng.

Demand – Đòi hỏi; nhu cầu; yêu sách.

Demand curve – Khúc tuyến cầu (hàng hóa, dịch vụ, v.v..).

Demand deposit – Hoạt kỳ tồn khoản (Xem "Checking account").

Demand draft – Loại hối phiếu phải trả khi sở hữu chủ yêu cầu.

Democracy – Nền dân chủ; chế độ dân chủ.

Department – Nha, sở; khu; ban.

Department store – Cửa hàng bách hóa lớn.

Dependent – Thuộc về, phụ thuộc, lệ thuộc; người phụ thuộc.

Depletion – Sự tận dụng (tài nguyên, của cải...).

Deposit – Sự ký thác; tiền ký thác; ký quỹ; tồn khoản.

Deposit slip – Phiếu mẫu (ngân hàng) ký thác tiền.

Deposit insurance (national banks) – Ngân hàng bảo hiểm quốc gia (được đặt ra để bảo đảm khách hàng trường hợp các ngân hàng thông thường ngưng hoạt động vì lý do nào đó).

Depreciation – Sự giảm giá trị tài sản qua thời gian hữu dụng; sự mất giá; chiết cựu.

Depreciation expense – Hao phí chiết cựu.

Depression – Sự trầm trệ; sự đình đốn (buôn bán).

Desk – Bàn giấy, bàn thâu tiền.

Detail audit – Sự truy nguyên.

Devaluation – Sự giảm giá, sự phá giá tiền tệ.

Developing country – Quốc gia đang phát triển, mở mang.

Dicey – (Tiếng lóng) May rủi, rủi ro; nói quá sự thật (quảng cáo).

Direct labor – Nhân công trực tiếp sản xuất.

Directing – Sự điều khiển, chỉ huy; sự cai quản; giám sát.

Directive – Chỉ huy; chi phối; trực chỉ.

Director – Giám đốc (công ty, trưởng ốc, v.v.).

Directory – Cuốn niên giám; sổ chỉ dẫn.

Disability insurance – Bảo hiểm tàn phế (mất khả năng làm việc).

Disbursement – Sự xuất tiền ra trả bằng bạc mặt hay ngân phiếu.

Discount – Tiền được bớt; giá giảm; giá hạ; tiền lời trả trước; nợ đã chiết khấu (khi vay tiền ngân hàng, người vay nhận được số tiền muốn vay đã trừ bớt tiền lời).

Discount rate – Suất chiết khấu.

Discount store – Cửa hàng bán với giá hạ (so với các tiệm khác).

Discretionary income – Dư lợi; tiền còn lại (của lợi tức) sau các chi phí cho nhu cầu căn bản của đời sống.

Dishonest – Bất chánh, bất lương, xảo trá.

Dishonor – Sự chối từ không nhận trả (trái vụ, hối phiếu, v.v.).

Dismissal – Sự đình xử (vụ kiện); sự giải nhiệm (tự nguyện hoặc bắt buộc).

Disposable personal income – Lợi tức cá nhân còn lại sau các sắc thuế và các khấu trừ khác (bảo hiểm sức khỏe, nhân mạng, an sinh xã hội,v.v.); tiền còn lại để tiêu xài.

Distillery – Lò rượu, chỗ nấu rượu.

Distress sale – Sự bán gấp để giải tán công ty, tổ hợp.

Dividend – Cổ tức, phần lời chia cho những cổ phần viên.

Dividend income – Cổ lợi (lợi tức từ tiền lời của cổ phần).

Dividend payable – Tiền lời phải trả (cho các cổ phần viên).

Dividend rate – Phần suất cổ tức.

Dividend yield – Lợi suất cổ tức.

Division of labor – Sự phân công.

Dock – Bến tàu, cầu tàu, chỗ tàu đậu ở các hải cảng.

Document – Văn kiện, văn thư, tài liệu, chứng thư.

Dollar – Đơn vị tiền tệ của Hoa kỳ, Mỹ kim.

Domestic corporation – Công ty được thành lập và hoạt động trong một tiểu bang hay một xứ nào đó.

Dormant account – Trương mục không chi dụng thường xuyên.

Dormant partner – Hội viên chỉ xuất vốn, không tham gia các hoạt động của công ty.

Down payment – Sự trả trước một số tiền khi mua tài sản (nhà cửa, xe cộ...), số còn lại sẽ trả dần đến khi mãn hạn kỳ.

Dozen – Một tá (12 cái).

Drawbacks – Những bất lợi; khuyết điểm.

Drawing account – Sự trích xuất tiền trong trương mục của doanh nghiệp.

Drive- in – Nơi phục vụ khách hàng ngồi trong xe (bãi chớp bóng ngoài trời, ngân hàng, tiệm ăn, v.v..).

Drive- in teller – Thu- chi ngân viên (ngân hàng) phục vụ khách hàng ngồi trong xe.

Driver – Tài xế, người lái xe.

Driver's license – Bằng lái xe.

Drug store – Tiệm thuốc tây (và có bán các loại sản phẩm khác).

Druggist – Dược sư, nhà bào chế thuốc.

Dry goods – Hàng hóa khô như vải vóc, chỉ, tặng phẩm, trang phục.

Due date – Ngày đến hạn trả (nợ, thuế..).

Dues – Nợ đáo hạn, nợ đến hạn; tiền niên liễm (hội, nghiệp đoàn, đoàn thể, v.v..).

Durable goods – Sản phẩm bền lâu (xe hơi, máy truyền hình, máy giặt, máy xấy quần áo...).

Duress – Sự bắt buộc, sự cưỡng bức (luật).

Duty – Thuế đoan, thuế đánh vào sự nhập cảng, xuất cảng, con niêm, chuyển nhượng tài sản, di sản, tặng giá, tòng giá, tiêu thụ (hàng hóa, dịch vụ, v.v.).

E

Earner – Ngưởi kiếm, làm ra tiền; người gắng công làm việc để đạt được kết quả tốt.

Earnest money – Tiền thế chân, tiền bảo đảm, tiền ký quỹ.

Earnings – Tiền kiếm được, tiền công, lợi tức do sức làm việc (không do huê lợi hoặc tiền lời do mua bán); kết quả công việc làm.

Earnings per share (EPS) – (Net income/Number of common shares outstanding) – Tiền lời cho mỗi cổ phần (Lợi tức ròng / Số cổ phần đang lưu hành).

Earnings report – Bản báo cáo lợi tức.

Easement – Quyền được xử dụng phần đất của người khác.

Ecology – Sinh thể môi trưởng học, sinh thái học (ngành học nghiên cứu về cơ thể và điều kiện chung quanh).

Economic "boom" – Kinh tế bộc phát.

Economic "bust" – Kinh tế suy vi.

Economic goods – Sản vật hay dịch vụ có khả năng giao hoán làm thỏa mản nhu cầu nhân loại.

Economic growth – Sự tăng trưởng kinh tế; khuyếch trưởng kinh tế; phát triển kinh tế.

Economic policy – Chính sách kinh tế.

Economic problems – Những trở ngại kinh tế.

Economic profit – Tiền lời thuần (tiền còn lại sau khi khấu trừ các phí tổn hiển nhiên và các phí tổn ngầm).

Economic rent – Sự sinh lời của bất động sản khi xử dụng hoặc cho thuê nhượng.

Economic resources – Nguồn tài nguyên kinh tế.

Economic stability – Sự ổn cố, ổn định kinh tế.

Economic system – Hệ thống kinh tế.

Economic value – Giá trị kinh tế.

Economics – Kinh tế học.

Economist

Economist – Kinh tế gia; người cần kiệm; người nội trợ.

Economy – Sự tiết kiệm, cần kiệm (thì giờ, tiền bạc...).

Ecosystems – Đơn vị sinh thể và môi trường.

Education – Nền giáo dục, sự giáo dục.

Effective demand – Nhu cầu thực sự, hiển nhiên.

Effective interest rate – Suất lời có hiệu lực.

Efficiency – Sự công hiệu, hiệu quả; tài sức, khả năng, năng lực; hiệu suất.

Elastic demand – Mức cầu co giản, thu trưởng.

Elastic supply – Mức cung co giản, thu trưởng.

Elasticity – Sự co giản, sự thu trưởng.

Elasticity of demand – Sự thu trưởng của mức cầu.

Electricity – Điện khí.

Electronic computer – Máy tính điện tử.

Elevator – Thang máy.

Embargo – Lệnh cấm; ngăn chặn.

Embezzlement – Sự thụt két; biển thủ tiền bạc.

Emergency – Khẩn cấp; nguy ngập (cảnh ngộ, trường hợp...).

Employee – Nhân công, nhân viên.

Employer – Chủ nhân; người mướn công nhân.

Employment – Sự làm việc; sự được thuê mướn làm việc; sự có việc làm.

Employment agency – Cơ quan tìm việc.

Employment office – Sở tìm việc.

Ending balance – Kết số trương mục, tồn khoản, v.v..

Ending inventory – Kết số hàng tồn kho; hàng tồn kho còn lại tính đến cuối niên khóa kế toán.

Endorsement – Bối thự, sự chuyển nhượng.

Energy – Năng lực; sức mạnh; khí lực; nghị lực.

Engel's law – Định luật Engel cho rằng lợi tức của một gia đình càng thấp, tỷ lệ tiêu dùng lợi tức đó vào thức ăn càng cao.

Engine – Động cơ; máy móc; phương tiện; lợi khi.

Engineer – Kỹ sư; người điều khiển máy móc; người chủ mưu; .

Enterprise – Xí nghiệp; tổ chức kinh doanh; doanh nghiệp.

Entertainment expense – Chi phí tiếp tân, giải trí...

Entity – Thực thể; một đơn vị kinh tế, doanh nghiệp, gia đình, nhà thờ, chính phủ.

Entrance – Lối vào; sự lọt vào, lẻn vào.

Entrepreneur – Chủ nhân, người đứng ra tổ chức, điều hành một đơn vị kinh doanh; nhà thầu.

Entrepreneurship - Sự đứng ra làm chủ, tổ chức; sự bao thầu.

Entry - Sự bút toán; ghi số; khoản; mục.

Environment - Cảnh trạng, hoàn cảnh chung quanh; môi trường.

Equipment - Dụng cụ, máy móc, đồ dùng.

Equipment trust certificate - Một loại chứng khoán thường do hỏa xa phát hành để trả tiền cho những thiết bị mới.

Equities - Tích sản và tiêu sản (tiền nợ + phần hùn vốn và lời của những người có cổ phần trong công ty).

Equity - Phần hùn của những người có cổ phần trong công ty; số tiền còn lại chia cho các hội viên sau khi trả các trái vụ.

Equity capital - Vốn do sự hùn hạp của những người mua cổ phần của công ty.

Escheat - Sự tịch thâu, sung công một tài sản không người thừa kế.

Escrow - Văn kiện hay hợp đồng chuyển nhượng tài sản (bất động sản) sẽ được phép hợp thức hóa bởi một đệ tam nhân hội đủ các điều kiện giao kết.

Estate – Tài sản, bất động sản, điền địa.

Estate tax – Thuế điền thổ, thuế chuyển nhượng tài sản.

Estimated expense – Phí tổn phỏng định.

Estimated income – Lợi tức phỏng định.

Estimated liability – Nợ phỏng định.

Estimated tax – Thuế phỏng định.

Ethics

Ethics – Luân lý học, đạo đức học.

Evasion – Sự trốn tránh, tránh khéo; mưu mẹo để trốn tránh (thuế, pháp luật).

Eviction – Sự lấy lại, thu hồi một cách hợp pháp quyền sở hữu của mình.

Examination – Sự khám xét; thanh tra, kiểm tra.

Example – Thí dụ; gương mẫu; khuôn mẫu; kiểu mẫu.

Exchange – Giao hoán; trao đổi, đổi chác; hoán chuyển; thương mại trao đổi hàng hóa, tiền tệ, giấy tờ.

Exchange rate - Suất hối đoái, sự định giá tiền tệ giữa các quốc gia trên thế giới.

Excise tax – Thuế công quản (thuế đánh trên hàng hóa lúc bán ra hoặc dịch vụ lúc cung cấp).

Executive – Thi hành; thực hành; chấp hành.

Executive secretary – Thư ký hành chánh.

Exempt income – Lợi tức miễn đóng thuế.

Exemption – Sự miễn trừ; những khoản tiền được trừ ra khi tính thuế.

Expenditure – Chi phí trả bằng hiện kim, kinh phí, sự tiêu xài (tiền bạc).

Expense – Các phí tổn, chi phí; sở phí; sự tiêu hao, hao phí.

Expense account – Trương mục, sổ chi tiêu.

Expensive – Mắc, đắt.

Experience – Kinh nghiệm.

Expert – Chuyên viên, nhà chuyên môn.

Expiration – Sự hết hạn, sự mãn hạn kỳ.

Export – Hàng bán cho nước khác, hàng xuất cảng; xuất cảng.

Export company – Công ty xuất cảng.

Export duty – Thuế xuất cảng.

Export inspection – Sự khám xét, kiểm tra hàng xuất cảng.

Export license – Môn bài xuất cảng.

nọc, đạo đức học.

n tránh, tránh khéo; mưu mẹo để trốn tránh (thuế,

lại, thu hồi một cách hợp pháp quyền sở hữu của

ự khám xét; thanh tra, kiểm tra.

u; gương mẫu; khuôn mẫu; kiểu mẫu.

o hoán; trao đổi, đổi chác; hoán chuyển; thưởng

hàng hóa, tiền tệ, giấy tờ.

Suất hối đoái, sự định giá tiền tệ giữa các

n thế giới.

ế công quản (thuế đánh trên hàng hóa lúc bán ra

u lúc cung cấp).

hành; thực hành; chấp hành.

tary – Thư ký hành chánh.

– Lợi tức miễn đóng thuế.

ự miễn trừ; những khoản tiền được trừ ra khi tính

Chi phí trả bằng hiện kim, kinh phí, sự tiêu xài (tiền

phí tổn, chi phí; sở phí; sự tiêu hao, hao phí.

nt – Trưởng mục, sổ chi tiêu.

ắc, đất.

inh nghiệm.

n viên, nhà chuyên môn.

ự hết hạn, sự mãn hạn kỳ.

bán cho nước khác, hàng xuất cảng; xuất cảng.

ny – Công ty xuất cảng.

Thuế xuất cảng.

tion – Sự khám xét, kiểm tra hàng xuất cảng.

– Môn bài xuất cảng.

E

Earner – Người kiếm, làm ra tiền; người gắng công làm việc để đạt được kết quả tốt.

Earnest money – Tiền thế chân, tiền bảo đảm, tiền ký quỹ.

Earnings – Tiền kiếm được, tiền công, lợi tức do sức làm việc (không do huê lợi hoặc tiền lời do mua bán); kết quả công việc làm.

Earnings per share (EPS) – (Net income/Number of common shares outstanding) – Tiền lời cho mỗi cổ phần (Lợi tức ròng / Số cổ phần đang lưu hành).

Earnings report – Bản báo cáo lợi tức.

Easement – Quyền được xử dụng phần đất của người khác.

Ecology – Sinh thể môi trường học, sinh thái học (ngành học nghiên cứu về cơ thể và điều kiện chung quanh).

Economic "boom" – Kinh tế bộc phát.

Economic "bust" – Kinh tế suy vi.

Economic goods – Sản vật hay dịch vụ có khả năng giao hoán làm thỏa mãn nhu cầu nhân loại.

Economic growth – Sự tăng trưởng kinh tế; khuyếch trưởng kinh tế; phát triển kinh tế.

Economic policy – Chính sách kinh tế.

Economic problems – Những trở ngại kinh tế.

Economic profit – Tiền lời thuần (tiền còn lại sau khi khấu trừ các phí tổn hiển nhiên và các phí tổn ngầm).

Economic rent – Sự sinh lời của bất động sản khi xử dụng hoặc cho thuê nhượng.

Economic resources – Nguồn tài nguyên kinh tế.

Economic stability – Sự ổn cố, ổn định kinh tế.

Economic system – Hệ thống kinh tế.

Economic value – Giá trị kinh tế.

Economics – Kinh tế học.

Economist

Economist – Kinh tế gia; người cần kiệm; người nội trợ.

Economy – Sự tiết kiệm, cần kiệm (thì giờ, tiền bạc...).

Ecosystems – Đơn vị sinh thể và môi trường.

Education – Nền giáo dục, sự giáo dục.

Effective demand – Nhu cầu thực sự, hiển nhiên.

Effective interest rate – Suất lời có hiệu lực.

Efficiency – Sự công hiệu, hiệu quả; tài sức, khả năng, năng lực; hiệu suất.

Elastic demand – Mức cầu co giãn, thu trương.

Elastic supply – Mức cung co giãn, thu trương.

Elasticity – Sự co giãn, sự thu trương.

Elasticity of demand – Sự thu trương của mức cầu.

Electricity – Điện khí.

Electronic computer – Máy tính điện tử.

Elevator – Thang máy.

Embargo – Lệnh cấm; ngăn chặn.

Embezzlement – Sự thụt két; biển thủ tiền bạc.

Emergency – Khẩn cấp; nguy ngập (cảnh ngộ, trường hợp...).

Employee – Nhân công, nhân viên.

Employer – Chủ nhân; người mướn công nhân.

Employment – Sự làm việc; sự được thuê mướn làm việc; sự có việc làm.

Employment agency – Cơ quan tìm việc.

Employment office – Sở tìm việc.

Ending balance – Kết số trương mục, tồn khoản, v.v..

Ending inventory – Kết số hàng tồn kho; hàng tồn kho còn lại tính đến cuối niên khóa kế toán.

Endorsement – Bối thự, sự chuyển nhượng.

Energy – Năng lực; sức mạnh; khí lực; nghị lực.

Engel's law – Định luật Engel cho rằng lợi tức của một gia đình càng thấp, tỷ lệ tiêu dùng lợi tức đó vào thức ăn càng cao.

Engine – Động cơ; máy m

Engineer – Kỹ sư; người đ

Enterprise – Xí nghiệp; tổ

Entertainment expense –

Entity – Thực thể; một đơ thổ, chính phủ.

Entrance – Lối vào; sự lọt

Entrepreneur – Chủ nhân, đơn vị kinh doanh; nhà

Entrepreneurship - Sự đứn

Entry - Sự bút toán; ghi sổ;

Environment - Cảnh trạng,

Equipment - Dụng cụ, máy

Equipment trust certificate xa phát hành để trả tiền

Equities - Tích sản và tiêu s những người có cổ phần

Equity - Phần hùn của nhữ tiền còn lại chia cho các

Equity capital - Vốn do sự h của công ty.

Escheat - Sự tịch thâu, sung

Escrow - Vấn kiện hay hợp đ sản) sẽ được phép hợp th các điều kiện giao kết.

Estate – Tài sản, bất động sả

Estate tax – Thuế điền thổ, th

Estimated expense – Phí tổn

Estimated income – Lợi tức p

Estimated liability – Nợ phỏng

Estimated tax – Thuế phỏng đ

Ethics

Ethics – Luân lý

Evasion – Sự tr pháp luật).

Eviction – Sự lê minh.

Examination –

Example – Thí

Exchange – Gi mại trao đổ

Exchange rate quốc gia tr

Excise tax – Th hoặc dịch

Executive – Th

Executive sec

Exempt incom

Exemption – S thuế.

Expenditure – bạc).

Expense – Ca

Expense acco

Expensive – N

Experience –

Expert – Chuy

Expiration – S

Export – Hàng

Export comp

Export duty -

Export inspe

Export licens

Export quota – Số lượng hàng được phép xuất khẩu.

Export tax –Thuế xuất khẩu.

Express – (Động từ) Phát biểu, bày tỏ, biểu lộ; (tỉnh từ) rõ ràng, minh bạch, tường minh; tốc hành (không ngừng).

Expropriation – Sự trưng dụng, sung công.

External audit – Sự kiểm tra sổ sách bởi một kế toán chuyên nghiệp và có thẩm quyền (kế toán viên này không thuộc của công ty).

Extortion – Sự cưỡng đoạt; tống tiền.

F

Fabric – Hàng vải; sự tổ chức; cấu tạo.

Factory – Xưởng, nhà máy; văn phòng công ty thương mại ở ngoại quốc.

Factory accounting – Kế toán công xưởng (kết toán tiền vật liệu, nhân công...).

Factory cost – Giá thành.

Factory expense – Số chi tiêu cho cổ xưởng.

Factory price – Giá mua trực tiếp tại xưởng; giá thành.

Fair competition – Sự cạnh tranh một cách đứng đắn, hợp pháp.

Fair price – Như "Fair-market price".

Fair tax – Thuế công bằng, vô tư, không thiên vị.

Fair trade – Mậu dịch (quốc tế) có tính cách giảm bớt các hạn chế hàng nhập cảng.

Fake – Giả, giả mạo.

False – Sai lầm, giả dối; giả tạo.

Family budget – Ngân quỹ gia đình.

Family finance – Tài chánh gia đình.

Family income – Lợi tức gia đình.

Fare – Tiền vé (xe, tàu); cước phí; giá (một chuyến đi xe lửa, xe taxi).

Farm – Nông trại; nhà ở thôn quê; (động từ) Trưng thuế; bao thuế.

Farm hand – Tá điền, nông phu.

Farm village – Nông thôn.

Farmer – Nông gia, nông phu; chủ nông trại.

Fashion business – Cửa hàng mua bán phẩm vật thời trang (quần áo thời trang và đồ trang sức).

Federal income tax – Thuế lợi tức liên bang.

Federal laws – Luật liên bang.

Federal Reserve Bank (FRB) – Ngân hàng dự trữ trung ương Mỹ, phục vụ các ngân hàng hội viên trong hệ thống ngân hàng dự trữ liên bang.

Federal Reserve Board (FRB) – Hội đồng quản trị ngân hàng dự trữ trung ương.

Federal Reserve note – Tiền giấy lưu hành ở nước Mỹ do ngân hàng dự trữ liên bang ấn hành.

Fee – Sổ phí; tiền công, lệ phí; thủ kim.

File cabinet – Tủ đựng giấy tờ, hồ sơ.

Filching – Sự ăn cắp (tiền), móc túi.

Finance – Tài chánh (dt); (đt) xuất vốn; tìm vốn cho công ty; tài trợ.

Finance charge - Số tiền mua chịu tính vào trương mục nợ.

Finance committee – Uỷ ban tài chánh.

Finance company – Công ty tài trợ (cho khách hàng vay tiền dài hạn để mua nhà, xe...).

Financial accounting – Kết toán tình hình tài chính của công ty vào cuối niên khóa.

Financial report – Bản báo cáo tình trạng tài chính.

Financial statement – Bản báo cáo tình trạng tài chánh của công ty cuối năm kế toán.

Fine – Tiền phạt.

Finished goods inventory – Danh sách hàng đã hoàn tất.

Fire – (d. t.) Lửa; hỏa hoạn; (đ. t.) cho nghỉ việc.

Fire insurance – Bảo hiểm hỏa hoạn.

Fire sale – Sự bán hàng hóa bị hư hại vì hỏa hoạn với giá hạ.

"Fired" – Xem chữ "Discharged": bị cho nghỉ việc (công nhân); bị đuổi việc .

Firm – Hãng buôn, hội buôn (d. t.)); chắc chắn, nhất định, xác định (t. t.).

Fiscal period – Tài khóa kế toán (khoảng thời gian báo cáo tình hình kế toán như một năm, một tháng hoặc mốt kỳ 3 tháng).

Fishing industry – Kỹ nghề đánh cá.

Fixed assets – Tài sản hay vốn bất động (nhà, đất đai, dụng cụ, máy móc, v.v. có thời gian hữu dụng trên một năm hoặc lâu dài hơn nữa).

Fixed costs – Phí tổn cố định (không ảnh hưởng đến số hàng sản xuất).

Fixed liabilities – Nợ dài hạn.

Flexible budget – Ngân sách uyển chuyển (có thể thay đổi theo tầm mức hoạt động).

Flow chart – Biểu đồ hoạt động.

Food – Thực phẩm.

Forecasting – Sự dự liệu tài chánh cho tương lai.

Foreign corporation – Công ty ngoại quốc hoạt động ở một quốc gia nào đó.

Foreign currency – Ngoại tệ.

Foreign exchange – Hối đoái (trao đổi tiền tệ giữa các quốc gia).

Foreign exchange rate – Hối suất ngoại tệ.

Foreign investments – Sự đầu tư ở nước ngoài.

Foreign market – Thị trường quốc ngoại.

Foreign trade – Ngoại thương.

Foreman – Cai thợ; trưởng toán (thợ).

Forgery – Sự giả mạo (chữ ký, văn kiện, giấy bạc...).

Form – Hình thức; nghi thức; sự sung sức.

Foundry – Xưởng đúc, lò đúc.

Franchise

Franchise – Sự, ban đặc quyền cho một công ty (chi nhánh); tổ² hợp.

Fraud – Sự man trá; gian lận; lường gạt; giả dối.

Free enterprise system – Chế độ tự do kinh doanh.

Freight – Tiền vận chuyển hàng hoá.

Freight cars – Toa chở hàng hoá.

Freight forwarder – Người mại bản (trung gian, môi giới) chuyển gửi hàng đến nơi tiếp lãnh.

Freight mile – Vận phí tính theo dặm.

Freight-in – Tiền chuyển chở phải tính riêng.

Fuel – Nhiên liệu.

Full liability – Trách nhiệm hoàn toàn.

Fund – Tiền vốn, quỹ.

Furniture – Bàn ghế.

G

Gain – Lời; được lợi; lợi ích; sự tăng thêm; thặng giá; chiếm được.

Gains and losses – Lời và lỗ (vốn).

Gallon – Đơn vị thể tích bằng 3 lít 78.

Gambler – Người chơi cờ bạc, đánh bạc; con bạc.

Gambling tax – Thuế đánh trên đồ bạc, cờ bạc.

Garage – Nhà xe; tiệm sửa xe hơi.

Garage sale – Sự bày bán đồ đạt, dụng cụ trong nhà xe hay sân nhà.

Garbage – Rác rến; đồ lồng (của thú dùng làm đồ ăn).

Gasoline – Xăng.

Gasoline station – Trạm xăng, cây xăng.

Gasoline tax – Thuế xăng.

General accounting – Kế toán đại cương.

General contractor – Nhà thầu chính; người thầu toàn bộ một công trình xây cất.

General property tax – Thuế tài sản, bất động sản.

Gift – Quà biếu, vật tặng; tài năng; thiên bẩm, thiên phú.

Gift tax – Thuế đánh trên quà tặng.

Goal – Mục đích; chí nguyện.

Gold – Vàng.

Gold bar – Thỏi vàng, nén vàng.

Gold market – Thị trường vàng.

Gold mine – Mỏ vàng.

Gold price – Giá vàng.

Gold standard – Kim bản vị (hệ thống tiền tệ lấy vàng làm chuẩn).

Good – Tốt; có hiệu lực; có giá trị; đúng phép.

Goods – Hàng hóa.

Goodwill – Thiện ý, lòng tốt; danh tiếng, thanh danh, tiếng tốt (của một cửa tiệm, của một công ty).

Government – Chính phủ, chính quyền.

Government agency – Cơ quan chính quyền.

Government ownership – Tình trạng khi chính phủ sở hữu và kiểm soát các xí nghiệp doanh thương; quốc doanh.

Government accounting – Kế toán công quyền.

Grain – Đơn vị đo lường tương đương với 0.0648 gram; lúa.

Grant – Tiền trợ cấp; tiền tưởng lệ; cấp cho, trợ cấp.

Grantee – Người được tặng, được cho, người thụ tặng.

Grantor – Người ban tặng; người chuyển nhượng tài sản.

Grapevine – Tin vịt, tin đồn.

Greed – Tính tham lam; lòng ham lợi.

Greenback – (Tiếng lóng) Đô la xanh.

Grievance – Mối bất bình giữa chủ và thợ; sự tranh chấp giữa chủ và thợ.

Grocery store – Tiệm mua bán thực phẩm và tạp hóa.

Gross earnings – Lợi tức gộp (chưa trừ chi phí các linh tinh).

Gross income – Lợi tức gộp (chưa trừ thuế).

Gross National Product (GNP) – Tổng sản lượng quốc gia.

Gross profit – Lời gộp. Như chữ "Gross margin".

Gross sales – Tổng số tiền bán, tiền bán gộp (trước khi điều chỉnh số tiền bớt cho khách hàng hay tiền trả lại của khách hàng vì hàng hóa bị hư hỏng).

Gross weight – Trọng tải gộp (cả xe và hàng hóa chở trên xe).

Group medical insurance – Bảo hiểm y tế cho một nhóm người.

Guarantee – Bảo đảm, bảo chứng, bảo lãnh; sự bảo đảm trả nợ.

Guaranty – Như chữ "Guarantee".

Guard – Canh giữ.

Guardian – Người giám hộ.

Guild – Nghiệp đoàn, liên đoàn; phường buôn.

H

Hairdresser – Thợ uốn tóc.

Half pint (8 ounces) – (Tiếng lóng) vật, loại rất nhỏ.

Hammer – Cái búa.

Handbill – Truyền đơn, cáo bạch phát tay.

Harassment – Sự quấy rầy, quấy rối; sự phiền toái.

Hard assets – Tài sản bền chắc như những kim loại quý, bất động sản, dụng cụ, đất đai, v.v.

Hard copy – Từ ngữ dùng trong ngôn ngữ điện toán chỉ "bản in ra từ máy".

Hard currency – Tiền đồng, chì, vàng, bạc, v.v. trái với tiền giấy.

Hard money – Như chữ "hard currency".

Hardware (computer) – Các bộ phận bên ngoài và mạch điện của máy tính điện toán.

Hardware store – Tiệm bán vật liệu và vật dụng trong nhà, ngoài vườn.

Harvest – Sự gặt hái; mùa màng.

Hazard – Sự may rủi; sự nguy hiểm.

Hazard pay - Tiền bồi hoàn đặc biệt cho những việc nguy hiểm, nhiều rủi ro.

Headquarters – Trụ sở trung ương.

Health insurance – Bảo hiểm sức khoẻ.

Hectare – Một mẫu tây 10.000 thước vuông bằng 2,471 mẫu Anh (acre).

Heirs – Người thừa kế pháp định.

Helicopter – Máy bay trực thăng.

High school – Trường trung học.

Highway – Đường giao thông chính nối liền các quận, thành phố, tiểu bang; xa lộ.

Highway taxes – Thuế đánh vào việc xử dụng xa lộ (áp dụng cho các loại xe vận tải).

Hijack – Cưỡng chiếm xe cộ, tàu bè, máy bay.. để đoạt tiền bạc, hàng hoá hay vì mục đích chính trị.

Hire – Thuê, mướn (nhân công, thợ thuyền, nhân viên..).

Hiring hall – Cơ quan hay văn phòng do nghiệp đoàn hoặc sự phối hợp chủ nhân và nghiệp đoàn điều khiển, có nhiệm vụ cung cấp và sắp xếp nhân viên vào những công việc đặc biệt nào đó.

Histogram (Stat.) – (Thống kê) Loại đồ biểu vẽ theo chiều dọc.

Hoarding – Sự, vật chứa; tích giữ; để dành.

Hobby – Việc làm tiêu khiển, giải trí.

Hockshop – Tiệm cầm đồ; người cho vay ăn lời bằng cách thế, cầm đồ của người vay.

Holding company – Công ty lớn làm chủ tất cả các cổ phần của một hay nhiều công ty nhỏ.

Holiday – Ngày lễ.

Homeowners policy – Bảo hiểm nhà đất.

Honor – Chấp nhận một văn tự; nhận trả một món nợ.

Honorarium – Tiền biểu, tiền thưởng; tiền công (của luật sư hay cố vấn).

Horse – Ngựa.

Horsepower – Mã lực.

Hospital

Hospital – Bệnh viện, nhà thương.

Hospital accounting – Kế toán bệnh viện.

Hospital administration – Sự quản trị, quản lý bệnh viện.

Hospitality – Sự chiêu đãi; khoản đãi; hiếu khách.

Hotel – Khách sạn, lữ quán.

Hotel accounting – Kế toán khách sạn.

Hotel reservation – Sự giữ chỗ trước ở khách sạn.

Hourly wage rate – Mức lương giờ.

House – Cái nhà, nhà cửa.

Household – Gia đình (gồm những người sống chung cùng một mái nhà).

Household bookkeeping – Kế toán gia đình.

Household budget – Ngân sách gia đình.

Household income – Lợi tức gia đình.

Housing industry – Kỹ nghệ nhà cửa.

Housing market – Thị trường nhà cửa.

Human relations – Giao tế nhân sự.

Human resources – Nguồn nhân lực.

Hypothecate – Để áp; đem tài vật thế làm đảm bảo cho món nợ.

I

Idea – Ý kiến.

Identification – Căn cước; lý lịch; sự nhận ra; nhận biết; khám phá, phát giác; tìm thấy.

Idle cost – Phí tổn khiếm dụng (khi thợ nghỉ chơi vì máy móc hư hỏng, mất điện, thiếu vật liệu, v.v.).

Idle time – Thì giờ nhàn rỗi, ổ khống; thời gian khiếm dụng.

Illegal – Bất hợp pháp (luật).

Illegal trade – Buôn lậu, thương mại bất hợp pháp.

Immigrant – Nhập trú dân.

Immigration – Sự nhập trú.

Implicit – Ngầm; hàm súc; ám chỉ.

Implicit interest – Xem chữ "Imputed Interest".

Import – Nhập cảng.

Important – Quan trọng.

Import (tax) duty – Thuế nhập cảng.

Import license – Môn bài nhập cảng.

Import quota – Số lượng hàng hóa tối đa qui định được phép nhập cảng vao một nước trong một khoảng thời gian nào đó.

Import restrictions – Sự hạn chế hàng nhập cảng.

Import tariff – Thuế xuất nhập cảng; giá biểu nhập cảng.

Import tax – Thuế nhập cảng.

Imprest fund – Quỹ tiền mặt để trả các chi phí.

Impulse buying – Sự mua (một món hàng) không định trước, tuỳ hứng.

Income – Lợi tức; huê lợi.

Income statement – Bản báo cáo tình trạng tài chánh của công ty trong thời gian định (như tính các khoản tiền phí tổn, lợi tức thu vào trong thời gian định, thường là một năm).

Income tax – Thuế lợi tức.

Income tax payable – Thuế lợi tức phải trả.

Incorporation – Sự kết hợp, phối hợp thành một công ty.

Indenture – (Luật) Giao kèo giữa hai người, hai thành phần trong đó quyền lợi của bên nầy là bổn phận của bên kia (thí dụ giao kèo cho thuê nhà, đất), khế ước song phương.

Independence – Sự độc lập; không lệ thuộc; không quan hệ.

Independent contractor – Người làm nghề tự do cung cấp các dịch vụ cho một cơ sở thương mại để lấy lệ phí (thí dụ luật sư, kế toán viên).

Indorsement – (Như chữ endorsement) Sự bồi thự, sự ký chuyển nhượng một ngân phiếu.

Indorser – Người bồi thự.

Industrial accounting – Kế toán kỹ nghệ.

Industrial capital – Tư bản đầu tư trong các ngành kỹ nghệ.

Industrialist – Kỹ nghệ gia.

Industrial park – Khuôn viên kỹ nghệ (gồm những văn phòng của công ty, cơ sở hoạt động kỹ nghệ và cây cối, sân cỏ bao quanh).

Industrial revolution – Cuộc cách mạng kỹ nghệ với những thay đổi kỹ thuật mới trong việc sản xuất vào đầu thế kỷ thứ XIX.

Industrial statistics – Thống kê kỹ nghệ.

Industrialization – Sự kỹ nghệ hoá.

Industry – Kỹ nghệ.

Inelastic demand – Số cầu bất dịch, không thu trưởng.

Inelastic supply – Số cung bất dịch, không thu trưởng.

Inflation – Sự, nạn lạm phát.

Inflation rate – Suất lạm phát.

Information – Sự chỉ dẫn; sự thông tin.

Ingot – Thoi, nén (vàng, bạc); khối (chì).

Inheritance – (luật) Sự thừa kế; tài sản thừa kế.

Injunction – (luật) Lệnh tòa án hay lệnh tổng thống bắt buộc những người đình công trở lại làm việc trong trường hợp sự đình công có phương hại đến nền an ninh quốc gia.

Inn – Lữ quán, khách sạn; quán trọ.

Inn-keeper – Chủ, quản lý lữ quán, khách sạn.

Inn-keeper's law – Luật qui định các nguyên tắc hoạt động của ngành khách sạn.

Innovation – Sự đổi mới, canh tân.

Insolvency – Tình trạng (một người hay công ty) kiệt quệ không trả nợ nổi.

Installment account – Trương mục trả góp thành nhiều kỳ.

Installment buying – Sự mua trả góp nhiều kỳ.

Installment loan – Sự cho vay trả làm nhiều kỳ.

Installment sales – Sự bán trả góp.

Installment sales contract – Giao kèo bán trả góp.

"In stock" – Hàng hoá hiện có.

Instruct – Dạy dỗ, cho hay, cho biết.

Instruction – Sự dạy dỗ, giáo huấn; huấn lịnh, lỗi dạy, lỗi chỉ thị.

Instrument – Văn kiện, chứng thư; khí cụ, phương tiện.

Insufficient funds – Trưởng mục (ngân hàng) không đủ tiền bảo chứng.

Insurability – Sự có thể bảo hiểm được.

Insurable – Có thể bảo hiểm được.

Insurance – Bảo hiểm, bảo kê.

Insurance agent – Nhân viên đại diện hãng bảo hiểm.

Insurance broker – Người trung gian bảo hiểm, trọng mãi bảo hiểm.

Insurance company – Công ty bảo hiểm.

Insurance loss – Bảo hiểm sự tổn thất, thiệt hại.

Insurance policy – Khế ước bảo hiểm.

Insurance premium – Bảo phí, lệ phí bảo hiểm.

Insurance underwriter – Người hay công ty bảo hiểm, bảo kê.

Intangible assets – Tài sản vô hình.

Interest – Quyền lợi; sở thích; tiền lời (do sự cho vay, buôn bán v.v).

Interest earned – Tiền lãi kiếm được.

Interest expense – Chi phí tiền lời.

Interest income – Lợi tức sinh bởi tiền lời.

Interest rate – Suất lời.

Interest tax – Thuế đánh trên tiền lời.

Interim report – Bản tường trình tạm thời.

Interim statement – Bản chiết tính tạm thời.

Internal auditing – Sự kiểm tra nội bộ.

Internal control – Sự chỉ huy, điều khiển nội bộ.

Internal Revenue Service (IRS) – Cơ quan thuế vụ thuộc bộ tài chánh có nhiệm vụ thâu các thuế lợi tức, cấp các bộ luật về thuế má quốc gia.

International – Quốc tế.

International trade – Sự giao thương quốc tế.

International union – Nghiệp đoàn có tính cách quốc tế.

Interpreter – Thông dịch viên.

Interstate – Liên bang.

Interstate commerce – Giao thương liên bang.

Interview – Phỏng vấn.

Invention – Sự phát minh, sáng chế; vật phát minh, vật tìm ra.

Inventory (merchandise) – Hàng hóa giữ trong kho, hàng tồn kho; bản liệt kê tài sản (hàng hóa, đồ đạc, v.v.).

Invested capital – Vốn đóng góp của những người đầu tư.

Investment – Sự đầu tư; sự mua tạo tài sản để sinh lời.

Investment bank – Ngân hàng chuyên về những dịch vụ đầu tư cổ phần, trái phiếu.

Investor – Người đầu tư.

Invoice – Hóa đơn.

Iron – Sắt; là, ủi quần áo.

Iron and steel – Sắt và thép.

Iron and steel industry – Kỹ nghệ sắt thép.

J

Job – Công việc làm, nghề nghiệp.

Job analysis – Sự phân công; sự phân tích những việc chuyên môn trong một công sở.

Job description – Sự mô tả chi tiết những tính chất, đặc điểm của việc làm.

Job discrimination – Sự kỳ thị trong việc thâu nhận, phân phối, thăng thưởng công nhân.

Job rotation – Sự luân chuyển việc làm cho công nhân

Job satisfaction – Sự hài lòng công việc làm hoặc nghề nghiệp của mình.

Job sharing – Sự chia sẻ công việc làm.

Job specification – Sự mô tả khả năng chuyên môn, kinh nghiệm, học vấn, v. v.

Joint account – Trương mục hai hay nhiều người cùng đứng tên.

Joint bank account – Trương mục ngân hàng cộng đồng (gồm hai hay nhiều người làm chủ và có quyền ngang nhau).

Joint product – Hai hay nhiều sản phẩm được chế tạo cùng một quá trình sản xuất.

Joint tax return – Bản khai thuế lợi tức cộng đồng (vợ chồng).

Joint tenant – Một trong hai (vợ chồng) hay nhiều người cùng sở hữu một tài sản mà khi người này chết thì phần của họ chuyển sang người còn lại; người thuê nhà chung.

Joint venture – Sự hợp tác kinh doanh ngắn hạn.

Journal – Sổ cái ghi tất cả chuyển mục hàng ngày, sổ nhật ký; báo.

Journeyman – Thợ rành nghề; thợ chánh.

Junk bond – Loại trái khoản có nhiều may rủi nhưng có lời cao.

Jury – Bồi thẩm đoàn; ủy ban giám định.

Jury-rig – Xếp đặt một cách bất đắc dĩ; tạm dùng cấp thời.

Justice – Công lý.

K

"Kennedy Round" – Chính sách giảm bớt thuế nhập cảng dưới thời Tổng Thống Kennedy.

Keogh plan – Chương trình hưu bổng do cơ quan lập pháp liên bang cho phép những người hành nghề tự do lập cho chính họ.

Kerosene – Dầu hỏa, dầu lửa.

Key – Chìa khóa; manh mối; bí quyết; âm điệu; vai chính.

Key industry – Ngành kỹ nghệ chính, có ảnh hưởng đến nền kinh tế của một quốc gia.

Kiln – Lò nung, nấu, hấp (lò gạch, lò vôi, v.v.).

Kindergarten – Ấu trĩ viên, vườn trẻ, lớp mẫu giáo.

Kiosk (kiosque) – Quán nhỏ (cà phê, cà rem, giải khát,v.v.); sạp (báo).

Kitty

Kitty – Tiền dằn túi; số tiền nhỏ giữ trong ngăn kéo.

"Knack" – Xảo thủ, khéo tay, khéo léo.

Knife – Cây dao (dùng để xắt đồ ăn).

Knights of labor – Tên một nghiệp đoàn lao động ngày xưa ở .

L

Labor – Lao động; công việc khó nhọc, vất vả, lao khổ; rán sức làm lụng ; chịu khó; chịu cực.

Labor agreement – Thỏa ước lao động.

Labor cost – Phí tổn nhân công.

Labor dispute – Sự tranh chấp lao động.

Labor market – Thị trường lao động.

Labor union – Nghiệp đoàn lao động; công đoàn.

Laborer – Công nhân; lao công; người lao động.

Laissez-faire – Chủ nghĩa tư bản cổ điển chủ trương chính quyền không can thiệp vào các hoạt động kinh tế.

Land – Đất đai; trong lảnh vực kinh tế, đất đai là nguồn lợi thiên nhiên mà cũng là một yếu tố trong sự sản xuất.

Land tax – Thuế đất, thuế điền thổ, thuế bất động sản.

Land values – Giá trị đất đai.

Landlord – Chủ đất; địa chủ; điền chủ.

Landlord-tenant – Chủ và người thuê (nhà, đất, v.v.).

Landowner – Như chữ "Landlord".

Laundry – Sự giặt giũ.

Law – Luật; luật pháp.

Lawsuit – Việc kiện tụng; tố tụng (luật).

Lawyer – Luật sư.

Layoff – Cho nghỉ việc vì lý do khiếm dụng.

Leasehold – Quyền sử dụng tài sản thuê nhượng.

Ledger – Sổ cái, sổ lớn để ghi các khoản chi thu theo từng mục.

Ledger account – Các mục trong sổ cái.

Ledger balance – Ta-thải đối chiếu của từng khoản mục ghi trong sổ cái.

Legacy – Tài vật di tặng.

Legal action – Hành động hợp pháp.

Legal document – Giấy tờ hợp lệ.

Legal holidays – Ngày lễ chính thức đã được qui định.

Legal residence – Chỗ cư trú chính thức.

Legislator – Nhà lập pháp.

Legislature – Cơ quan lập pháp.

Leisure time – Thời giờ nhàn rỗi.

Lessee – Người thuê nhượng tài sản.

Lessor – Người cho thuê nhượng tài sản.

Liabilities – Tiền nợ; trái vụ; trách nhiệm.

Liability insurance – Bảo hiểm trách nhiệm dân sự liên đới (bảo hiểm những rủi ro do nhân viên của công ty gây ra cho người khác hoặc tài sản của người khác trong khi làm phận sự).

Liability reserve – Quỹ dự trữ để trả nợ.

Library – Thư viện.

License – Môn bài; giấy phép; bằng cấp.

Life insurance – Bảo hiểm nhân mạng (Xem chữ "Insurance") như endowment insurance, straight life insurance, term insurance.

Limited liability – Trách nhiệm hữu hạn.

Limited partnership – Công ty hợp tư.

Line of credit – Giới hạn tín dụng tối đa do ngân hàng hay công ty tài trợ ấn định.

Liquidate – Thanh toán (một số nợ); hiện kim hóa.

Liquidity – Tính chất có thể đổi tài sản thành tiền mặt một cách nhanh chóng và dễ dàng.

Liquor – Rượu; thức uống có chất rượu; chất lỏng.

List price – Giá căn bản liệt kê trong bản mục lục của tiệm buôn.

Litigation – Sự thưa kiện, tranh tụng; mối tranh chấp, tranh biến, tranh luận.

Loan – Sự cho mượn, cho vay; tiền cho mượn, cho vay.

Local bank – Ngân hàng địa phương.

Locksmith – Thợ sửa ổ khoá.

Logo – Dấu hiệu, nhãn hiệu; kiểu, mẫu; hiệu, dấu.

Long-term investment – Sự đầu tư dài hạn.

Long-term liability – Nợ dài hạn.

Loss – Sự lỗ lã; thiệt hại.

Low income – Lợi tức thấp.

Low price – Giá hạ.

Lucrative – Sanh lời; có lời; trục lợi.

Lumber – Gỗ để làm nhà, đóng đồ; xe gỗ.

Lunch – Bữa ăn trưa.

Lunchroom – Phòng ăn trưa.

Luxury good – Hàng xa xỉ phẩm.

Luxury tax – Thuế xa xỉ phẩm (như rượu, thuốc lá, mỹ phẩm v.v.).

M

Machine – Máy; máy móc.

Machinist – Thợ dò thép; thợ tiện.

Magazine – Tạp chí.

Maid – Đầy tớ gái giúp việc trong nhà; gái chưa chồng; nữ bồi phòng (khách sạn).

Mail – Thư từ gửi qua hệ thống bưu điện, bưu chính.

Mailbox – Hộp thư.

Main frame – Bộ não của máy điện toán.

Maintenance – Sự bảo trì.

Maintenance expense – Chi phí bảo trì.

Maintenance fee – Lệ phí bảo trì.

Management – Sự quản lý; quản trị.

Manager – Viên quản lý thương mại một công ty hay chi nhánh của công ty.

Mandatory retirement – Hửu trí cưởng bách.

Manual labor – Lao động tay chân.

Manufacturer – Xưởng chế tạo; công ty sản xuất.

Manufacturing – Sự chế tạo, biến chế.

Manufacturing costs – Phí tổn chế tạo sản phẩm.

Manufacturing firm – Hảng, xưởng chế tạo.

Map – Bản đồ.

Marginal tax rate – Suất thuế tính vào lợi tức biên tế (kiếm thêm đưộc).

Marine insurance – Hải thưởng bảo hiểm.

Marketing – Sự tìm thị trưởng để tiêu thụ hàng hóa hay cung cấp dịch vụ.

Market place – Chỗ; nổi mua bán, trao đổi hàng hóa, tài vật, dịch vụ; thị trưởng.

Market price – Thị giá; giá thị trưởng.

Market value – Giá cổ phần trên thị trưởng tự do mà ngưởi đầu tư thoả thuận trả.

Mass production – Sản xuất hàng loạt.

Master budget – Ngân sách chính.

Material – Vật liệu, vật phẩm, vật dụng; dụng cụ; quan trọng, trọng yếu; thích đáng.

Materialism – Chủ nghĩa duy vật.

Materiality (relative importance) – Sự, tính trọng đại (danh từ dùng trong kế toán chỉ những việc xảy ra tưởng đối quan trọng cho công ty để có thể thông hiểu tận tưởng qua những bản báo cáo của công ty).

Maturity – Đến kỳ hạn; sự đáo hạn (nợ).

Meat – Thịt(thú vật); cổm (trái cây).

Mechanic – Thợ máy.

Media – Sự (ngưởi, vật) môi giới, trung gian; sự truyền tin.

Mediation – Sự trung gian hòa giải; sự môi giới.

Mediator – Người môi giới; trọng tài, người hòa giải (cho một vụ tranh chấp).

Medicine – Thuốc men, dược phẩm, y dược.

Meeting – Cuộc hội họp; sự gặp gỡ.

Member – Hội viên; thành phần; phần viên; thành viên.

Memorandum – Tờ thông cáo; qui trình (của hội); hồ sơ nội bộ; sổ nhật ký.

Merchandise – Hàng hóa; vật phẩm; sản phẩm.

Merchandise inventory – Bản kê khai hàng hóa hiện hữu, hàng tồn kho.

Merchant – Người buôn bán, thương nhân, con buôn, lái buôn.

Merger – Sự kết hợp; sự hợp nhất hai công ty bằng cách giải tán một công ty để nhập thành một.

Merger company – Công ty hợp nhất

Merit pay – Tiền công và thưởng kim; tiền thưởng.

Message – Thông điệp; tín hiệu; việc nhờ làm, việc ủy thác; lời hay việc nhắn lại.

Metals – Kim loại.

Method – Phương pháp.

Middleman – Người trung gian, người môi giới.

Mill – Xưởng chế tạo; một phần ngàn.

Mill worker – Công nhân xưởng máy.

Million – Một triệu (1.000.000).

Mine (coal, gold, etc.) – Mỏ (than, vàng, v.v.).

Mineral – Khoáng chất.

Mining – Khai thác mỏ.

Minor – Thiếu niên; người chưa đến tuổi trưởng thành.

Minority – Vị thành niên, thời kỳ vị thành niên; thiểu số; số ít.

Miscellaneous – Mục, phần linh tinh.

Mistake – Lỗi; lỗi lầm.

Mix – Pha trộn.

Mock-up – Mô hình của một vật thật.

Model – Mẫu (thống kê); kiểu mẫu.

Modern – Tân tiến, tân thời, kim thời, hiện đại.

Monetary system – Hệ thống tiền tệ (của một nước).

Money – Tiền bạc; phương tiện trao đổi (kinh tế).

Money income – Tiền lương, tiền kiếm được.

Money lender – Người cho vay tiền.

Money market – Thị trường tiền tệ đầu tư vào những hoạt động thương mại ngắn hạn.

Money wages - Tiền lương, tiền công.

Monopoly power - Chuyên mại quyền; quyền độc chiếm thị trường.

Monopoly price - Giá độc chiếm thị trường; giá độc quyền.

Morale - Tinh thần.

Mortgage - Loại trái vụ có bảo đảm bằng bất động sản được trả góp mỗi tháng số tiền bằng nhau đến hết hạn kỳ; sự cầm đồ thế nợ; sự đem tài sản bảo đảm cho món nợ.

Motel - Lữ quán thường dành cho khách du hành bằng xe hơi.

Motivation – Sự khích động; sự khích lệ.

Motor – Máy; động cơ.

Motorcycle – Xe máy dầu; xe gắn máy.

Movie theater – Rạp chiếu bóng.

Mutual fund – Loại công ty chuyên đầu tư vào việc mua bán chứng khoán và cổ phần của các công ty khác hay của chính phủ; quỹ tương tế.

Mutual insurance company – Công ty hỗ tương bảo hiểm (do người đóng bảo hiểm làm chủ chứ không do những cổ phần viên).

Mutual savings and loan bank – Ngân hàng hỗ tương tiết kiệm và cho vay trong đó những người ký thác tiền vào trở thành hội viên của ngân hàng và được chia lỗi.

N

Nail – Đinh; móng (tay, chân).

Name – Tên, danh tánh, thanh danh; (đ.t.) định (ngày, giờ, giá tiền); đặt tên; bổ nhiệm.

National bank – Ngân hàng quốc gia.

National currency – Tiền tệ quốc gia.

National debt - Quốc trái (nợ của chính quyền trung ương để phân biệt với nợ của từng khu vực chính trị).

National economy – Nền kinh tế quốc gia.

National income – Lợi tức quốc gia.

Nationality – Quốc tịch; quốc gia tính; dân tộc, quốc gia.

Nationalize – Quốc hữu hóa; quốc gia hóa, cho nhập tịch.

Naturalized citizen – Công dân nhập tịch.

National union – Nghiệp đoàn quốc gia.

National wealth – Sự thịnh vượng, giàu có của quốc gia.

Natural resources – Nguồn lợi, tài nguyên thiên nhiên.

Necessary expenses – Những chi phí cần thiết.

Necessity – Đồ vật, hàng hóa cần thiết cho đời sống; sự cần thiết; sự khẩn thiết; điều tất yếu.

Need – Nhu cầu; đòi hỏi; cần; tình trạng thiếu thốn, nghèo khổ.

Needs – Những vật cần dùng hàng ngày.

Negligence – Sự sơ xuất, không chú ý, cẩu thả khi thi hành phận sự.

Negotiable – Có thể giao dịch được, thương lượng được.

Negotiation – Sự chuyển nhượng (ngân phiếu, giấy nợ); sự thương lượng, sự điều đình.

Net earnings – Xem chữ "Earnings" , "net income", "net profit".

Net income – Lợi tức thuần (sau các thứ thuế và các linh tinh khác).

Net loss – Tiền lỗ thuần (tổng số thu ít hơn tổng số phí tổn trong khoảng thời gian nào đó).

Net price – Giá thấp nhất (giá bán trừ đi các chiết khấu và giá giảm).

Net proceeds – Tiền lời sau các chi phí.

Net profit – Thực-lãi, tiền lỗi thuần (tiền lỗi gộp trừ các phí tổn để điều hành doanh nghiệp).

Net return – Xem chữ "net income", "net profits".

Net sales – Tiền bán gộp trừ tiền chiết giảm cho khách hãng hay tiền trả lại khách hãng về những món hãng bị trả lại.

Net weight – Trọng lượng thật, trọng lượng trừ bì.

Net worth (Assets - liabilities) – Giá trị thuần của một doanh nghiệp (tổng số tài sản trừ tổng số nợ).

News – Tin tức; tin phóng sự, tin thời sự.

Newspaper – Báo chí.

Nominal damages – Những thiệt hại nhỏ.

Non-profit organization – Tổ chức vô vụ lợi.

Non-resident – Không có trú ngụ; không thuộc thường trú dân của một xứ hay một tiểu bang.

Non-smoking – Không hút thuốc; cấm hút thuốc.

Normal depreciation – Sự chiết cựu thông thường, theo qui tắc.

Notary public – Chưởng khế, công chứng viên.

Note – Chi tế.

Notebook – Cuốn tập, cuốn vở; sổ tạp ký.

Notes payable – Nợ ngắn hạn phải trả.

Notes receivable – Nợ sẽ thu trong thời gian ngắn.

Notice – Cáo thị, thông tri.

No-trespassing – Cấm vượt qua.

O

Objective – Mục đích, mục tiêu; khách quan.

Obsolescence – Sự lỗi thời; cũ, xưa; không dùng được nữa.

Occupancy – Sự chiếm ở; quyền làm chủ và sử dụng tài sản.

Occupant – Người chiếm hữu; người ở, chiếm ngụ (nhà, đất...); người tiên chiếm (luật).

Occupation – Nghề nghiệp; sự chiếm hữu (nhà, đất...).

Offer – Dâng, hiến; mời; đưa; trả.

45

Office

Office – Văn phòng.

Office clerk – Thư ký hay nhân viên văn phòng.

Office equipment – Dụng cụ văn phòng.

Office hours – Giờ làm việc văn phòng.

Office supplies – Văn phòng phẩm.

Office worker – Nhân viên văn phòng.

On account – Mua chịu hay bán chịu.

On-the-job training – Sự tập nghề trong khi làm việc.

Open credit – Mức tín dụng trả theo điều kiện của ngân hàng hay các doanh nghiệp khác.

Operating expenses – Chi phí điều hành (điện, nước, sưởi, thuê nhượng, nhân viên...).

Operating income – Lợi tức do điều hành doanh nghiệp (huê lợi, tiền thâu nhập, các lệ phí hay tiền bán do những hoạt động chính của công ty không kể lợi tức do những hoạt động bên ngoài như đầu tư vào công ty khác...).

Operating profit – Doanh lợi sau khi trừ các chi phí nhưng chưa kể[2] thuế.

Option – Sự chọn lựa ngoài các tiêu chuẩn.

Order – Ra lệnh; đặt mua hàng hóa.

Ordinance – Lệnh; sắc lệnh (luật).

Ordinary expenditure – Kinh phí thường.

Ordinary revenue – Huê lợi thông thường.

Ore – Khoáng thạch; quặng.

Organization – Sự tổ chức; sự cấu tạo; cơ quan.

Organization chart – Sơ đồ tổ chức (của công ty).

Organized labor – Công nhân có nghiệp đoàn đại diện.

Outlay – Sự, tiền tiêu xài (để làm một việc gì).

Out-of-stock – Bán hết; không còn trong kho.

Output – Mức sản xuất hay mức dịch vụ cung cấp; kết quả các dữ kiện đưa ra ở máy điện toán.

Oven – Lò (nướng, hầm, đốt).

Over capacity – Vượt quá khả năng.

Overcharge – Sự bán quá giá ấn định.

Overdepreciation – Sự tính chiết cựu quá nhiều cho tài sản.

Overdraft – Ngân phiếu viết trội hơn số tiền hiện có trong trương mục (không tiền bảo chứng).

Overtime – Giờ phụ trội, giờ làm thêm.

Overtime pay – Tiền trả giờ làm phụ trội.

Owe – Nợ tiền, nợ (ân nghĩa).

Own – Sở hữu; làm chủ; có.

Owner – Sở hữu chủ; chủ nhân.

Owner's equity – Vốn của các cổ phần viên đóng góp, đầu tư vào để thành lập công ty; tích sản.

Ownership – Quyền sở hữu; sự sở hữu.

P

Package – Gói; kiện hàng.

Packing house – Nổi cung cấp thịt (bò, gà, heo...); lò thịt.

Paid-in capital – Vốn đầu tư của các cổ phần viên.

Paper – Giấy; giấy tờ, văn kiện; phiếu; báo.

Paper bag – Túi giấy.

Paper board – Bìa giấy cứng.

Paper clip – Cái kẹp giấy.

Paper mill – Xưởng giấy.

Paper money – Tiền giấy, bạc giấy, chỉ tệ.

Parcel – Gói hàng, kiện hàng.

Parent and subsidiary – Công ty chính và công ty phụ thuộc.

Park – Công viên (d.t); đậu xe (đ.t).

Parking – Sự đậu hay cất (xe, máy bay, v.v..)

Parking lot – Bãi đậu xe.

Partner – Đồng sở hữu chủ; người cùng chung vốn trong một doanh nghiệp; hội viên.

Par value – Cổ phần phát hành với giá định của công ty; pháp giá.

Partnership

Partnership – Sự liên hợp; phối hợp để hoạt động kinh doanh; công ty hợp danh; đoàn thể; hội.

Passenger – Hành khách.

Passport – Giấy thông hành.

Past due – Quá hạn (trả tiền, nộp bài, v.v...).

Patent – Bằng sáng chế, phát minh; đặc quyền chế tạo hay bán một sản phẩm.

Patron – Thân chủ, khách hàng quen thuộc.

Pauper – Người bần cùng, nghèo khổ.

Pawn – Cầm, thế đồ (động sản).

Pawnbroker – Chủ tiệm cầm đồ.

Pay – Trả (nợ, lương bổng, v.v...); đóng (tiền).

Payable – Phải trả; có thể trả được.

Payday – Ngày phát lương; ngày lãnh lương.

Payment – Sự trả tiền; sự đóng tiền; chi phó.

Payroll – Sổ lương.

Payroll accounting – Kế toán lương bổng.

Payroll clerk – Nhân viên đảm trách sổ lương.

Payroll department – Ban lương bổng.

Payroll taxes – Thuế lương bổng (thuế công ty phải đóng cho chính phủ tính theo số tiền trả cho công nhân gồm cả thuế an sinh xã hội và thuế lợi tức).

Pecuniary – Thuộc về tiền bạc; thuộc về tài chánh.

Peddler – Người bán rong, bán dạo.

Pen – Bút mực; viết, thảo (thơ, v.v...).

Penalty – Sự phạt vạ; hình phạt; khoản phạt.

Pencil – Bút chì.

Penny – Một xu.

Pension – Tiền cấp dưỡng; tiền hưu trí.

Pension fund – Quỹ hưu bổng; quỹ để trả tiền cấp dưỡng.

Pension plan – Chương trình cấp dưỡng; chương trình hưu bổng.

People – Người; người ta; dân chúng.

Per annum – Hằng năm; mỗi năm; thưởng niên.

Per capita – Mỗi đầu người.

Per capita income – Lợi tức tính theo đầu người.

Per diem – Tính theo ngày.

Percent – Phần trăm. Chữ viết gọn của "Per centum" (Latin).

Performance – Sự làm; thi hành; thực hành; thực hiện; thành tích.

Peril – Sự, mối nguy hiểm, hiểm nghèo; đặt vào hoàn cảnh nguy hiểm.

Period – Thời kỳ; giai đoạn.

Periodic – Định kỳ; xảy ra theo những khoảng thời gian nhất định.

Perishable goods – Hàng hóa mau hư, không bền lâu.

Permanent – Thường trực, thường xuyên; luôn luôn; vĩnh cửu; lâu bền.

Permission – Sự cho phép.

Permit – Cho phép, chịu, thừa nhận; giấy phép, phép, chấp chiếu.

Person – Người, nhân vật; ngôi (văn phạm).

Personal – Thuộc về cá nhân; riêng; riêng tư.

Personal disposable income – Lợi tức cá nhân thụ hưởng sau các khấu trừ (thuế, bảo hiểm, an sinh xã hội, tiền hưu trí, v.v..).

Personal effects – Của tư hữu.

Personal income – Lợi tức cá nhân.

Personal income tax – Thuế lợi tức cá nhân.

Personal property – Của cải cá nhân, tài sản cá nhân, tư sản.

Personal property insurance – Sự bảo hiểm tài sản cá nhân.

Personal property tax – Thuế tư sản.

Personal savings – Của tiết kiệm cá nhân.

Personnel – Nhân viên.

Personnel department – Phòng nhân viên.

Personnel management – Quản trị nhân viên.

Petroleum – Dầu lửa; dầu mỏ.

Petty cash fund – Quỹ tiền mặt ứng trước.

Pharmacist – Dược sĩ; người bào chế thuốc.

Phone

Phone – Điện thoại.

Photocopier – Máy chụp các giấy tờ để có phụ bản.

Photocopy – Sự chụp giấy tờ để lấy phụ bản.

Photocopy machine – Máy chụp phụ bản.

Photographer – Nhiếp ảnh viên, thợ chụp hình.

Physician – Y-sĩ.

Picketing – Sự lãng công; sự gác cổng không cho vào xưởng trong lúc đình công.

Pie chart – Biểu đồ hình tròn.

Pilferage – Sự ăn cắp vặt.

Pin – Kim gút; kim băng; cái chốt.

"Pink slip" – Giấy báo nghỉ việc hoặc hết nhiệm kỳ.

Plan – Dự định, dự liệu; thiết kế; hoạch định; chương trình.

Plant – Cây; trồng cây; công xưởng, cơ xưởng.

Plant and equipment – Công xưởng và trang bị.

Plant assets – Tài sản nằm trong phạm vi công xưởng.

Plant capacity – Năng suất của một công xưởng.

Plastic money – (Tiếng lóng) Thẻ tín dụng (bằng nhựa, plastic) như "Mastercard, Visa, v.v.".

Plumber – Thợ sửa ống nước.

Policy – Chính sách; đường lối; tôn chỉ.

Policyholder – Người đứng tên mua bảo hiểm (không nhất thiết là người đó được bảo hiểm).

Poor – Nghèo; cực; ít; xấu; vô giá trị.

Population – Dân số; mẫu nhóm người được chọn để kiểm tra (thống kê).

Port – Cảng (hải cảng, phi cảng); bến tàu.

Position – Vị trí; địa vị.

Possession utility – Sự ích lợi của hàng hóa khi thuộc quyền sở hữu của người nào.

Possible – Có thể được; có thể xảy ra.

Post – Nhiệm sở; niêm yết; sau, hậu (thời gian).

Post office – Nhà giấy thép; bưu điện.

Post-dated check – Ngân phiếu để ngay sau lúc thời gian hiện tại.

Post-industrial society – Xã hội sau kỷ nguyên kỷ nghệ hóa là xã hội kỷ nguyên điện toán.

Postage – Bưu phí, cước phí.

Poster – Bích chương.

Posting (transferring information) – Sự dán yết thị, quảng cáo.

Pound – Đơn vị trọng lượng bằng 0.45 ki lô; đơn vị tiền tệ của nước Anh.

Poverty – Tình trạng nghèo nàn, thiếu thốn.

Power – Quyền hành; thế lực.

Precious metals – Quý kim.

Premium – Bảo hiểm phí; thưởng kim; tiền tưởng lệ; tiền sai biệt giữa giá pháp định trên trái phiếu và giá thị trường (giá pháp định thường thấp hơn giá thị trường).

President – Tổng thống (quốc gia); chủ tịch (hội đoàn); giám đốc (công ty).

Pretty penny – Tiếng lóng chỉ sự có lời nhiều; đất hàng.

Price – Giá tiền; sự đòi giá trị hàng hóa cũng như dịch vụ tính theo đơn vị tiền tệ.

Price cutting – Sự giảm giá, sụt giá.

Price index – Chỉ số hóa giá.

Price level – Mức hóa giá.

Price quotation – Giá hiện hành, thời giá.

Price war – Chiến tranh giá cả (giữa những người cạnh tranh).

Primary industry – Kỷ nghệ chính của một quốc gia.

Prime (interest) rate – Lợi suất chiết khấu chính thức (lợi suất thấp nhất mà các ngân hàng thương mại lớn cho các công ty có uy tín vay mượn trong thời gian ngắn).

Principal – Giám đốc; chủ hãng; hiệu trưởng; tiền vốn (cho vay ăn lời); chính, quan trọng, chủ yếu; người ủy thác.

Principle

Principle – Khởi nguyên, mối khởi đầu; nguyên tắc; nguyên lý; tôn chỉ.

Private – Riêng tư, cá nhân; kín, bí mật.

Private brand label – Nhãn hiệu riêng.

Private carrier – Phương tiện vận tải riêng của hãng.

Private corporation – Công ty tư.

Private enterprise – Xí nghiệp tư.

Private property – Tài sản tư hữu.

Privatization – Sự tư hữu hoá.

Prize – Giải thưởng; định giá; đánh giá.

Probate – (Luật) kiểm nhận; minh chứng (tờ di chúc).

Problem – Vấn đề; việc; chuyện.

Procedures – Cách; phương pháp; phương thức.

Proceeds – Kết quả, chung kết; sự phát hành; sự xuất bản; lợi tức; sự sinh lời; số tiền nhận lãnh sau các khấu trừ.

Process – Cách thức; sự tiến hành công việc; sự tiến triển, phát triển, bành trướng; quá trình, tiến trình.

Product – Sản phẩm; sản vật; phẩm vật.

Product safety – Tính chất an toàn, bảo đảm của sản vật.

Production – Sự chế tạo; sự phát xuất, phát sinh.

Productivity – Năng xuất.

Profession – Nghề nghiệp.

Professional – Người chuyên nghiệp, chuyên môn; nhà nghề; thuộc về nghề nghiệp.

Profit – Lợi tức; tiền lời, tiền lãi; doanh lợi.

Profit and loss – Sự lỗ lãi.

Profit and loss statement – Bản báo cáo lỗ-lãi, tờ phúc trình lợi tức thu hoạch.

Profit margin – Biên vực doanh lợi (tỷ lệ tiền lời thuần trên số bán góp).

Profit motive –Động lực kiếm lợi.

Profit rate – Tỷ lệ doanh lợi.

Profit tax – Thuế doanh lợi.

Program – Chưởng trình; chưởng trình điện toán (những chỉ dẫn, chỉ thị để máy điện toán tiến hành và đưa ra kết quả).

Progress – Tiến bộ.

Progressive tax – Thuế luỹ tiến (thuế tăng dần theo mức lợi căn bản).

Prohibit – Ngăn cấm, ngăn ngừa.

Promissory note – Lệnh phiếu; văn-tự nợ, giấy nợ (hứa sẽ trả số nợ trong thời gian giới hạn).

Promotion – Sự thăng thưởng, thăng cấp; quảng cáo; sự chấn hưng.

Proof – Chứng cớ; bằng chứng.

Property – Tài sản; gia sản; tư-sản.

Property loss – Sự thiệt hại, hao tổn tài sản.

Property tax – Thuế đánh trên giá trị tài sản cá nhân hay bất động sản (thuế bất động sản hay động sản).

Proprietor – Sản chủ.

Pro rata – Theo tỷ lệ.

Prorate – Phân phối, tách ra từng mục.

Prospectus – Tờ cáo bạch để tường trình mọi tin tức liên quan đến sự kinh doanh của một doanh nghiệp mới thành lập.

Prosperity – Sự thịnh vượng; phát đạt.

Protective tariff – Thuế suất đánh vào một số hàng hóa nhập cảng với giá biểu cao để bảo vệ hàng nội địa.

Proxy – Sự uỷ quyền cho người khác bỏ thăm thay thế cho mình.

Psychologist – Nhà tâm lý học.

Public (open) corporation – Công ty công lập (mở rộng cho mọi người có thể chung vốn bằng cách mua cổ phần).

Public debt – Công trái, quốc trái.

Public finance – Tài chính công quyền.

Publicity – Tính cách công khai, công nhiên; sự, thuật quảng cáo, rao hàng.

Public property – Công sản, tài sản công cộng.

Public relations – Sự giao tế nhân sự.

Public telephone – Điện thoại công cộng.

Public utility – Tiện nghi công cộng.

Purchase – Mua, mãi dịch.

Purchase order – Phiếu mua hàng, đặt hàng.

Purchasing department – Ban, phòng thu mua của công ty.

Purchasing power – Mãi lực.

Pure risk – Sự may rủi có tính cách rủi ro nhiều hơn may mắn; sự rủi ro hoàn toàn.

Purse – Ví tiền; giải thưởng; tiền thưởng cho một cuộc thi tranh giải; vật quí báu của một người cung hiến cho một người khác đã giúp đỡ mình làm một việc gì.

Q

Quality – Phẩm chất, tính chất.

Quality circle – Buổi họp bàn về sự cải tiến sản phẩm.

Quality control – Sự kiểm tra phẩm chất hàng sản xuất.

Quantity – Số lượng.

Quarter – Phần tư; 25 xu (tiền cắc); phương hướng; xóm, khu; vòng tứ kết (thể thao); tam cá nguyệt (khoảng ba tháng).

Quarterly report – Bản báo cáo mỗi tam cá nguyệt.

Quasi-corporation – Phần bộ của một đoàn thể chính trị; công ty công-tư hợp doanh.

Quick assets – Tài sản đổi thành tiền mặt một cách nhanh chóng và dễ dàng gồm tiền mặt, trương mục dự thầu, phiếu khoán, lệnh phiếu, v.v...

Quitclaim deed – Chứng thư từ nhượng quyền sở hữu.

Quota – Số giới hạn (nhập cảng, xuất cảng; nhập cảnh, v.v...).

Railroad freight car – Toa chở hàng (xe lửa).

Railroad station – Nhà ga.

Railroad train – Xe lửa, tàu hoả.

Raise – Nâng cao; nuôi nấng; tăng lưởng.

Ranch – Trại nuôi súc vật.

Rate – Tỉ-lệ số, tỷ số; suất; định giá, đánh giá (giá của một dịch vụ theo đơn vị thời gian).

Rate of depreciation – Suất chiết cựu.

Rate of interest – Lãi suất.

Rate of return – Tỷ lệ hoàn vốn; suất thu hoạch.

Ratio – Tỉ lệ, tỉ số, suất.

Raw materials – Nguyên liệu.

Raw materials inventory – Số nguyên liệu tồn kho.

Real Estate – Bất động sản; đất đai và địa dịch quyền,

Real Estate broker – Người môi giới, trung gian, mua bán bất động sản.

Real income – Lợi tức thật (lợi tức hiện hữu tính theo mãi lực tiền tệ).

Real interest rate – Suất lời trái phiếu hiện hành (thực tại).

Real property – Bất động sản, tài sản không dời đi được (nhà, đất, v.v..).

Real tax – Thuế đánh trên động sản, bất động sản.

Real wages – Tiền lưởng tính theo mãi lực tiền tệ.

Realtor – Người trung gian mua bán bất động sản (địa ốc).

Rebate – Chiết khấu; sự bớt giá, giảm giá bằng cách trả lại khách hàng một phần nhỏ giá bán sản phẩm.

Receipt – Biên lai, giấy biên nhận; sự nhận tiếp, sự thâu nhận.

Receipts – Sự, số thâu tiền vào.

Receptionist – Nhân viên tiếp tân.

Recession – Kinh tế trì trệ; sự suy giảm trong các hoạt động doanh thương.

Recommend

Recommend – Giới thiệu; tiến cử; gửi gắm; dạn bảo, dặn dò.

Record – Hồ sơ, sổ sách; sự ghi chép; dĩa hát; kỷ lục.

Recruitment – Sự tuyển mộ, thâu nhận (nhân viên, binh sĩ).

Recycling – Sự tái biến chế một vật đã xử dụng (chai lọ, lon, hộp nhôm, nhựa, giấy, báo, v.v.) thành sản phẩm mới.

Red ink – Sự thiếu hụt, lỗ lã (theo thông lệ kế toán, những phần thiếu hụt, lỗ lã được ghi bằng mực đỏ).

Red tape – Chế độ thủ lại, chế độ hành chánh.

Refinance – Tái tài trợ; tái cấp tiền vốn.

Refrigerator – Tủ lạnh.

Register – Ghi tên; đăng bạ, đăng ký; ký danh.

Registered check – Ngân phiếu ký danh (khác với ngân phiếu cá nhân).

Registered mail – Thơ bảo đảm.

Remittance – Sự trả tiền, sự gửi tiền lại.

Rent – Thuê nhượng, mướn.

Rental agreement – Bản giao kèo, hợp đồng thuê nhượng.

Rent deposit – Tiền đặt cọc khi thuê nhượng.

Reorganization – Sự chỉnh đốn toàn bộ cơ cấu tổ chức tài chính của một doanh nghiệp lâm vào tình trạng vỡ nợ.

Repairman – Thợ sửa chữa (máy móc, nhà cửa...).

Repairs – Sự tu bổ, trùng tu, sửa chữa.

Replacement parts – Các bộ phận để thay thế, đồ phụ tùng.

Report – Phúc trình, tường trình, báo cáo; tờ tường trình, bản báo cáo.

Representative – Đại biểu; đại diện; đại lý.

Requisition – Đơn xin; lối yêu cầu.

Resale value – Trị giá vật phẩm bán lại.

Research and development (R&D) – Khảo cứu và phát triển.

Reserve – Để dành, để riêng; trữ bị; sự thận trọng, giữ gìn; dự trữ.

Residence – Chỗ ở, cư trú, trú-sở; ký túc xá (sinh viên).

Resident – Trú ngụ, cư trú; trú dân; nội trú (y-sĩ).

Resident alien – Ngoại kiều thường trú.

Residual value – Giá trị ước tính phế thải.

Resignation – Sự từ chức, từ nhiệm.

Resources – Tài nguyên; nguồn năng lực.

Responsibility – Trách nhiệm.

Restaurant – Nhà hàng; tiệm ăn, cao lâu, tửu lầu.

Rest pause – Nghỉ giải lao.

Restroom – Phòng vệ sinh.

Resumé – Tờ khai lý lịch, khả năng chuyên môn của cá nhân (để xin việc làm).

Retail – Buôn lẻ.

Retail installment account – Trương mục bán chịu của tiệm buôn lẻ.

Retailer – Tiệm, người buôn lẻ.

Retail sale – Sự bán lẻ cho khách hàng tiêu thụ.

Retained earnings – Tiền lời, lợi tức giữ lại để tái đầu tư.

Retired person – Người về hưu.

Retirement age – Tuổi về hưu, hưu trí.

Retirement benefits – Hưu bổng; quyền lợi lúc về hưu.

Retirement pension – Phụ cấp hưu bổng; tiền cấp dưỡng.

Revaluation – Sự hồi giá tiền tệ; sự tái định giá.

Revenue – Huê lợi; số thâu nhập.

Review – Xem lại; xét lại; ôn lại.

Revised budget – Ngân sách được duyệt xét lại.

Right – Bên mặt, bên phải; quyền; thiện (và ác); quyền lợi; ngay thẳng; trung thực.

Risk – Sự đánh liều, mạo hiểm, may rủi.

Risk capital – Vốn đầu tư vào một doanh nghiệp có nhiều may rủi.

Robbery – Sự cướp đoạt, dùng vũ lực để giựt lấy tài sản người khác.

Round-trip ticket – Vé khứ hồi.

Route – Đường đi; lộ trình.

Routine

Routine – Thói quen hằng ngày; những việc thường làm hằng ngày; thường khi.

Royalty – Tiền tác quyền (tiền trả cho những người sáng chế, phát minh hay tác giả của các tác phẩm văn nghệ khi xử dụng sáng chế hay tác phẩm của họ trong mục đích thương mại.

S

Safe – Chắc chắn, an toàn; tủ sắt.

Safe deposit box – Ngăn tủ đựng những vật quí giá và các giấy tờ quan trọng của khách hàng gửi ở một nơi an toàn trong ngân hàng.

Safekeeping deposit – Xem chữ "Safe Deposit Box".

Safety – Sự an toàn; tình trạng chắc chắn.

Safety equipment – Trang cụ an toàn.

"Safety first!" –"An toàn trên hết!" (sự an toàn trong khi làm việc phải được chú trọng trên hết).

Salary – Tiền lương, lương bổng.

Sale – Bán; bán hạ giá, bán xôn.

Sales agreement – Hợp đồng giao kèo bán, mại khế.

Sale and leaseback – Bán rồi thuê nhượng lại một tài sản.

Sales budget – Sự dự tính số hàng sẽ bán được.

Sales clerk – Người bán hàng.

Sales commission – Tiền huê hồng bán hàng.

Sales contract – Xem chữ "Sales agreement".

Sales discount – Tiền khấu trừ cho khách hàng khi mua nhiều hay trả sớm hơn kỳ hạn.

Sales finance company – Công ty mua nợ bán chịu.

Sales forecast – Sự tiên liệu số hàng sẽ bán được trong tương lai.

Sales invoice – Xem chữ "Invoice".

Sales journal – Mãi bạ, sổ ghi tiền bán hàng tính theo hàng ngày hay hàng kỳ.

Salesman – Viên mại bản, người đại diện bán hàng cho một đại lý; người bán hàng ăn hoa hồng.

Sale tax – Thuế đánh theo giá hàng bán; thuế tiêu thụ.

Salvage value – Giá trị còn lại sau thời gian chiết cựu (máy móc, xe hơi, xe vận tải, v.v.).

Sample – Kiểu mẫu; mẫu hàng.

Savings account – Trương mục tiết kiệm.

Savings and loan association – Cơ quan tiết kiệm và cho vay.

Savings bank – Quỹ tiết kiệm.

Scam – Thương mại giả hình.

Schedule – Thời khắc biểu; bản kê khai (máy móc, tài sản, hàng hóa, v.v.); cách sắp đặt.

Scheduling – Sự hoạch định thời khắc biểu làm việc.

School – Trường học, học đường.

Science – Khoa học.

Scrap – Bỏ; không dùng nữa; loại bỏ.

Scrap value – Giá trị còn lại của vật dụng bị loại bỏ.

Screw – Đinh ốc, đinh vít.

Screwdriver – Cái vặn đinh ốc, cái vặn vít.

Sea – Biển, bể.

Seafood – Đồ ăn biển, thức ăn biển như sò, cá, tôm, v.v..

Seafood industry – Kỹ nghệ đồ ăn biển (như kỹ nghệ đóng hộp cá, tôm, v.v.).

Seal – Dấu niêm, niêm; niêm phong.

Sealed bid – Sự đấu thầu kín.

Seat – Chỗ ngồi; ghế; nhân viên; thành viên của phòng giao dịch chứng khoán (số ghế trong cơ quan nầy).

"Second hand" – Đồ cũ đã dùng rồi.

Second mortgage – Nợ cầm thế bất động sản lần thứ hai.

Second trust deed – Như chữ "Second mortgage".

Secretary – Thư ký; tổng trưởng, bộ trưởng (Mỹ).

Secret partner – Hội viên ẩn.

Section

Section – Khu, khu vực (thương mại); phần, đoạn.

Securities – Chứng khoán.

Securities and Exchanges Commission (SEC) – Ủy hội giao dịch chứng khoán.

Self-employment tax – Thuế lợi tức của những người hành nghề tự do.

Self-insurance – Sự phòng thân (bằng cách dành riêng một ngân khoản để thay thế, sửa chữa những thiệt hại do tai nạn, mất cắp, v.v.. xảy ra.)

Sell – Bán.

Seller – Người bán hàng.

Selling expenses – Các khoản phí tổn để bán hàng.

Sell out – Bán hết (hàng hóa); bán đứng; phản bội (đồng đội, bạn bè).

Semi – Nửa, bán (phần nửa).

Semi-annual – Bán niên (nửa năm).

Semi-finished goods – Sản phẩm làm xong nửa chừng.

Semi-fixed cost – Phí tổn bán bất biến (tăng theo mức sản xuất).

Seniority – Sự thâm niên.

Senior lien – Đặc quyền ưu tiên; quyền sai áp ưu tiên.

Senior partner – Hội viên lãnh đạo (phải hội đủ điều kiện tài năng, tuổi tác, số cổ phần, v.v.).

Separation (job) – Sự phân, chia (công việc làm).

Servant – Đầy tớ; người ở; nô bộc.

Service – Dịch vụ, sự vụ, công tác, việc làm.

Service charge – Lệ phí dịch vụ.

Service department – Ban sửa chữa (trong cơ xưởng); cơ quan phục vụ khách hàng (trong hãng buôn lớn).

Service industry – Nghề cung cấp dịch vụ (như khách sạn, tiệm ăn, hãng du lịch, v.v.).

Sexual harassment – Sự áp bức người khác để thỏa mãn tình dục.

Sham – Giả đò, giả bộ; giả (không thật).

Share – Cổ phần; cổ phiếu.

Share cropper – Tá điền.

Share of stock – Vốn cổ phần (của cổ đông).

Shift – Phiên làm, ca làm (tiếng lóng).

Ship – Tàu thủy; chuyển chở bằng tàu; chuyển chở.

Shipping documents – Vận hóa đơn, văn kiện chuyển hàng.

Shipyard – Xưởng đóng tàu.

Shoe industry – Kỹ nghệ đóng giày.

Shoe repair shop – Tiệm sửa giày.

Shop – Tiệm, cửa hàng; xưởng kỹ nghệ.

Shopping – Sự mua sắm.

Shopping center – Trung tâm thương mại.

Shopping goods – Đồ vật đắt tiền (như tủ lạnh, máy truyền hình, bàn, ghế salon, v.v.).

Shortage – Tình trạng thiếu hụt, khan hiếm.

Shorthand – Thuật, phép tốc ký.

Short term debt – Nợ ngắn hạn thường phải trả trong một năm.

Short term liabilities (Current liabilities) – Nợ ngắn hạn.

Showroom – Phòng trưng bày (hàng hóa, xe hơi, v.v.).

Sick leave – Phép nghỉ bệnh.

Sight draft – Bản thảo; dự thảo (văn kiện); hối phiếu.

Sign – Dấu hiệu, ám hiệu.

Signature – Chữ ký.

Signature card – Thẻ có chữ ký mẫu mà ngân hàng dùng để kiểm chữ ký trên ngân phiếu và các văn tự.

Signature loan – Xem chữ "Secured Loan".

Signboard – Bảng quảng cáo.

Silent partner – Hội viên xuất tư nhưng không tham gia việc quản trị doanh nghiệp.

Silk – Hàng lụa.

Silver – Bạc (kim khí).

Silver metal – Kim khí loại bạc.

Silver mine – Mỏ bạc.

Silver ore – Quặng bạc; mỏ bạc.

Simple average – Số trung bình (toán học).

Simple interest – Lãi đơn (tiền lời chỉ tính trên tiền vốn chứ không tính trên tiền lời đã sinh ra do tiền vốn đó).

Single entry bookkeeping – Kế toán đơn thức (chỉ ghi một cột như cách ghi trong sổ ngân phiếu cá nhân).

Sinking fund – Quỹ hoàn giảm; quỹ giảm trái.

Sitdown strike – Lãn công.

Site – Nơi; chỗ để xây dựng, xây cất (một tòa nhà, khu kỹ nghệ).

Skilled labor – Nhân công thiện nghệ; thợ khéo.

Slander – Vu oan; phỉ báng; nói xấu.

Slowdown (economic) – Đi chậm lại; trì trệ (kinh tế).

Slump – Kinh tế khủng hoảng.

Small business – Tiểu thương.

Small Business Administration (SBA) – Chương trình "Quản trị tiểu doanh thương" nhằm giúp đỡ các tiểu thương gia.

Small enterprise – Tiểu doanh thương.

Small tools – Những dụng cụ nhỏ.

Smith, Adam – Triết gia, người Tô Cách Lan, sáng lập viên học thuyết kinh tế cổ điển.

Smokestack – Ống khói (tàu, xe lửa, nhà máy, v.v..).

Smokestack industries – Danh từ chỉ những loại kỹ nghệ như kỹ nghệ điện, sắt, thép, v.v..

Smuggling – Sự buôn lậu.

Social responsibility – Trách nhiệm xã hội.

Social Security Act – Luật an sinh xã hội của liên bang nhằm giúp đỡ những người già, những người thất nghiệp và những cô nhi quả phụ.

Social Security contributions – Sự đóng góp vào nền an sinh xã hội bằng thuế an sinh xã hội.

Social Security taxes (FICA) – Thuế an sinh xã hội.

Social welfare – Cứu tế xã hội.

Socialism – Chủ nghĩa xã hội.

Sole proprietorship – Doanh chủ độc nhất.

Solicitation – Sự cầu xin khẩn thiết; van-vỉ.

Solid waste – Đồ vụn, mảnh vụn (sắt vụn) không thể tiêu được khi đốt.

Solvency – Trạng thái, tình trạng có thể trả nợ được.

Soybean – Đậu nành.

Span of control – Phạm vi, tầm kiểm soát.

Spare parts – Bộ phận rời để thay thế; đồ phụ tùng.

Special – Đặc biệt, riêng biệt.

Specialist – Chuyên viên; chuyên gia môi giới chứng khoán, người hiểu biết rành rẽ về một số loại chứng khoán nào đó.

Specialty goods – Những hàng hóa đặc sắc, đắt tiền.

Specialty store – Cửa tiệm chuyên một loại hàng.

Specie – Thực kim (Đồng tiền thật bằng vàng hay bạc).

Speculation, speculating – Sự đầu cơ.

Speculator – Người đầu cơ.

Spend – Tiêu xài, tiêu pha; dùng.

Spend thrift – Người tiêu xài lãng phí, cẩu thả.

Split – Chia; xẻ; làm rách; tách ra.

Split up – Sự phát hành thêm hai hay nhiều cổ phần từ mỗi cổ phần đang lưu hành.

Spoilage – Sự hư hỏng; hủ thúi; giấy in hủ bỏ (ở nhà in).

Sponsor – Người bảo trợ, bảo lãnh; đứng bảo đảm (cho người nào).

Spot – Nổi, chọn, cho; ngay, lập tức, tức thì, tức khắc.

Spot cash – Tiền mặt (trả ngay lập tức).

Spot check – Kiểm tra tại địa điểm và thời gian ngẫu nhiên lựa chọn.

Spot delivery – Sự giao hàng ngay lập tức.

Spot market – Thị trường mua bán bằng tiền mặt; giá hiện tại.

Spot price – Giá tiền mặt.

Spot transaction – Việc mua bán được thực hiện ngay.

Stability – Sự, tính kiên cố, vững chắc; cương quyết.

Stabilization – Sự củng cố; sự làm cho vững chắc, kiên cố.

Stabilizer – Người làm ổn định (tình thế, sự kiện, v.v.).

Staff – Ban nhân viên; bộ tham mưu.

Staff authority – Quyền tư vấn của phần hành chuyên môn.

Staffing – Sự tuyển mộ, chọn lựa, huấn luyện nhân viên trong một
    công ty, công sở.

Stagflation – Kinh tế trì trệ.

Stagnation – Sự ứ đọng (nước); sự trì trệ, đình trệ, trầm trệ, khiếm
    hoạt (công việc mua bán, kinh tế, v.v.).

Stainless steel – Thép không rỉ sét, "i-noxy-dab" (inoxydable).

Stamp – Tem, cò, niêm.

Stamp tax – Thuế con niêm.

Standard – Tiêu chuẩn; mức (mức sống); trình độ; bản vị (vàng,
    kim khí, v.v.).

Standard and Poor's 500 stock average – Bản mục lục ghi giá cổ
    phần của 425 công ty kỹ nghệ, 50 công ty cung cấp tiện nghi
    và 25 công ty vận tải.

Standard costs – Phí tổn tiêu chuẩn tiên liệu cho mỗi đơn vị sản
    xuất.

Standard deviation – Độ lệch tiêu chuẩn.

Standard of living – Mức sống.

Start-up capital – Vốn tiền khởi.

Start-up costs – Phí tổn tiền khởi.

State – Tiểu bang; quốc gia; tuyên bố; bày tỏ; trạng thái, tình trạng.

State bank – Ngân hàng thương vụ tiểu bang.

Stated capital (legal capital) – Vốn cổ phần pháp định của công ty.

Statement – Lời tuyên bố; sự bày tỏ; bản báo cáo; bản tường thuật,
    bản tường trình.

Statistics – Thống kê.

Statute – Luật (lập pháp); qui chế, điều lệ (công ty).

Steal – Ăn cắp, ăn trộm; dụ dỗ, cám dỗ.

Steel – Thép.

Steel industry – Kỹ nghệ thép.

Steel mill – Xưởng chế tạo thép.

Steel pipe – Ống thép, ống sắt.

Steel worker – Thợ làm trong xưởng luyện thép.

Stock – Hàng tồn kho; cổ phần của một công ty.

Stock certificate – Chứng thư cổ phần.

Stock dividend – Cổ tức.

Stock exchange – Sở giao dịch chứng khoán.

Stock exchange floor trader – Nhân viên sở giao dịch chứng khoán có quyền điều hành các hoạt động mua bán chứng khoán nhân danh các hội viên.

Stockholder – Cổ phần viên, người có cổ phần trong một công ty.

Stockholders' equity – Cổ phần tích sản, vốn chung góp của những cổ đông.

Stockholders' rights – Quyền hạn của các cổ đông.

Stock in trade – Hàng tồn kho (để bán); nghiệp sản thương mại.

Stock market – Thị trường giá khoán.

Stock market quotation – Giá cổ phần trên thị trường.

Stock-on-hand – Hàng tồn kho, hàng hiện có trong kho.

Stock option – Quyền được mua thêm cổ phần.

Stockpile – Hàng hóa, vật liệu dự trữ trong kho.

Stock price index – Bản mục lục ghi giá các loại chứng khoán.

Stock registrar – Viên quản thủ cổ phần.

Stock split – Sự chia số cổ phần đang lưu hành ra thành nhiều cổ phần khác với mục đích làm giảm giá thị trường của một cổ phần.

Stock trader – Người chuyên mua bán cổ phần.

Storage – Sự cất hàng hóa trong kho.

Store – Cửa hàng.

Straight-life insurance – Bảo hiểm nhân mạng suốt đời.

Strike – Đình công, làm reo (grève).

Strikebreaker – Công nhân được muốn vào làm để thay công nhân đang đình công.

Strip mining – Phương pháp khai mỏ (mỏ than, mỏ vàng).

Study – Học-vấn; sự chăm chú, lưu ý; nghiên cứu, tra cứu.

Subcontractor – Người thầu lại của một nhà thầu lớn.

Subject – Đề tài; vấn đề, đề mục; chủ thể.

Sublease – Sự muốn lại; thầu lại.

Subsidiary – Phụ, phụ trợ; phụ thuộc; bổ trợ.

Subsidiary coin – Tiền đồng (Mỹ) trị giá dưới một đồng đô la.

Subsidiary company – Công ty phụ thuộc.

Subsidy – Tiền trợ cấp, phụ cấp của chính phủ cho một cơ quan nào.

Subsistence – Sự sinh sống, sự sinh kế; sự tồn tại.

Suit – Vụ kiện; việc tranh tụng; lời thỉnh cầu; bộ quần áo.

Sum – Tổng số; số (tiền).

Summary – Bản tóm lược, tóm tắt.

Summons – (Luật) Trát đòi hầu tòa; triệu tập.

Sunday blue laws – Xem chữ "Blue Laws".

Sundries – Tạp phí, phí tổn linh tinh.

Sunk cost – Chi phí lắng dụng.

Supermarket – Siêu thị.

Supervisor – Giám thị; người trực tiếp chỉ huy, theo dõi, đôn đốc, giải quyết những khó khăn chuyên môn của nhân viên thuộc quyền.

Supplementary budget – Ngân sách bổ túc.

Suppliers – Người cung cấp, nhà cung cấp (thực phẩm, vật liệu, v.v.).

Supply – Tiếp liệu; tiếp tế; đồ tiếp tế.

Surcharge – Tính quá mức thường (giá cả, lệ phí); giá phụ hay thuế phụ.

Surgeon – Bác sĩ giải phẫu.

Surplus – Thặng số (số thu trội hơn số chi trong kế toán công quyền).

Surtax – Thuế phụ thu.

Survey – Quan sát; kiểm điểm; giám định; thăm dò.

Surviving spouse – Phối ngẫu của người quá cố.

Suspension – Sự ngưng, đình lại.

Swindle – Gian lận; lường gạt; lừa đảo.

Syndicate – Nghiệp đoàn; công đoàn; tổ chức nghiệp đoàn.

Synthetic material – Nguyên liệu hóa hợp, giả tạo hay nhân tạo.

System – Hệ thống.

T

Table – Bảng thống kê.

Tailor – Thợ may âu phục.

Take-home-pay – Số tiền lương còn lại sau các sắc thuế và các khoản linh tinh (như bảo hiểm sức khỏe, nhân mạng,v.v.).

Take-over – Đảm nhiệm; nắm quyền; nối nghiệp.

Tally – Ghi, kiểm điểm (hàng hóa); tính toán; hợp nhau, phù hợp.

Tangible – Cụ thể; hữu hình; có thật.

Tangible assets – Tài sản hữu hình.

Tangible fixed assets – Các tài sản hữu hình cố định (như máy móc, dinh thự, đất đai, v.v.).

Tangible personal property – Tài sản cá nhân hữu hình.

Tariff – Bản kê giá, giá biểu; thuế thương chánh, quan thuế.

Tariff barrier – Hàng rào quan thuế.

Tariff wall – Bức tường quan thuế.

Task – Phận sự, công việc.

Tax – Thuế.

Taxable – Phải chịu thuế; có thể đánh thuế được.

Taxable gift – Quà tặng phải chịu thuế chuyển nhượng.

Taxable income – Lợi tức chịu thuế, phải trả thuế.

Taxable year

Taxable year – Nằm mà công ty phải đóng thuế (vì có lợi tức).

Tax accounting – Kế toán thuế.

Tax assessment – Sự định giá tài sản để đánh thuế.

Tax assessor – Giám định viên thuế vụ.

Taxation – Sự đánh thuế.

Tax avoidance – Sự tranh thuế (dùng những phương pháp hợp pháp nhằm giảm đi số tiền thuế phải đóng).

Tax base – Cơ bản thuế khóa (tổng số trị giá tài sản của một địa phương được dùng làm mẫu số để xác định trị giá tài sản của từng cá nhân trong khu vực).

Tax credit – Sự khấu trừ thuế (số tiền thuế được giảm bớt do việc đầu tư vào những chương trình đặc biệt như chương trình tiết kiệm năng lượng, mua dụng cụ để dùng trong việc sản xuất, v.v.).

Tax deduction – Sự giảm thuế.

Taxed profits – Các doanh lợi bị chịu thuế.

Tax evasion – Sự trốn thuế, lậu thuế.

Tax exemption – Miễn trừ thuế.

Taxi-cab – Xe tắc-xi.

Tax information – Các tin tức, thông báo về thuế má.

Taxing power – Quyền lực (của một chính phủ) đặt các sắc thuế.

Tax levy – Đặc quyền đánh thuế.

Tax on earnings – Thuế đánh trên số tiền kiếm được.

Taxpayer – Người trả thuế, người chịu thuế, người đóng thuế.

Tax planning – Kế hoạch, chương trình thuế má.

Tax rate – Suất thuế.

Tax rebate – Sự trừ bớt, giảm bớt thuế.

Tax reductions – Sự giảm thuế.

Tax return – Tờ khai thuế.

Tax roll – Thuế bạ, bộ thuế.

Tax sale – Cuộc phát mại tài sản người thiếu thuế.

Tax shelter – Những hình thức đầu tư dài hạn để được tạm miễn đóng thuế lợi tức.

Tax surcharge – Phụ thuế, bị thuế hai lần.

Tax tables – Bảng tính thuế lợi tức (cá nhân).

Taylor, Frederick W. – Người sáng tạo và áp dụng phương pháp làm việc dây chuyền.

Teacher – Giáo viên.

Teacher union – Nghiệp đoàn giáo chức.

Teamsters – Nguyên thủy chữ nầy có nghĩa là những người lái xe ngựa có kéo các toa chở hàng. Ngày nay có nghĩa là tài xế xe vận tải và những công nhân thuộc nghiệp đoàn.

Technical expert – Chuyên viên kỹ thuật.

Technical skills – Khả năng kỹ thuật.

Technology - Kỹ thuật học.

Telegram --Điện tín.

Telephone -Điện thoại.

Telephone bill - Giấy nợ điện thoại.

Telephone directory - Sổ niên giám điện thoại.

Telex machine - Máy nhận và điện đi các tin tức qua đường điện thoại (loại nầy giống như máy đánh chữ).

Teller (bank) - Thâu-phát ngân viên ngân hàng.

Temporary - Tạm thời; lâm thời.

Tenant - Người thuê, mướn bất động sản.

Tender -Đề nghị; xin; sự bỏ thầu; điều đình.

Term - Kỳ hạn; điều kiện.

Term bond - Loại trái phiếu đáo hạn vào một ngày nhất định.

Termination - Sự kết thúc; ngưng hoạt động; sự đình chỉ.

Term insurance - Loại bảo hiểm nhân mạng trong kỳ hạn ấn định. Loại bảo hiểm nầy chỉ bồi thường số tiền pháp định theo khế ước trường hợp người được bảo hiểm mệnh một.

Term life insurance – Xem chữ "term insurance".

Term loan – Điều kiện vay tiền.

Tertiary industry

Tertiary industry – Kỹ nghệ đứng hàng thứ ba.

Tertiary products – Những sản phẩm đứng hàng thứ ba.

Test – Thử nghiệm; thi hạch; trắc nghiệm.

Test market – Thị trường thử nghiệm.

Textbook – Sách giáo khoa.

Textiles – Hàng vải, đồ dệt.

Theater – Rạp hát, hí viện.

"The Fed" – Chữ viết tắt của "Federal Reserve System".

Theft – Sự ăn cắp, ăn trộm; đạo tặc.

Third world (countries) – Đệ tam thế giới; các quốc gia chậm tiến, kém mở mang.

Thrift institution – Cơ quan tiết dụng (ngân hàng tiết kiệm và cho vay, hợp tác xã cho vay, v.v.).

Thrifts – Xem chữ "Thrift institution".

Thrift shop – Tiệm bán đồ cũ (quần áo, bàn ghế, v.v.).

Ticket – Vé, giấy, thẻ; danh sách ứng cử viên.

Timber – Cây, gỗ để làm nhà.

Time – Thời giờ, thời gian ; thời kỳ; thời đại; lúc, hồi.

Time card – Phiếu ghi số giờ làm việc của công nhân.

Time clock – Đồng hồ để bấm giờ vào phiếu của công nhân khi đến sở làm hoặc khi ra về.

Time deposit – Định kỳ tồn khoản (loại trương mục ở ngân hàng thương mại mà số tiền ký thác vào không được rút ra cho đến một thời gian qui định nào đó; trái với hoạt kỳ tồn khoản; loại trương mục này ngày nay không còn thực dụng nữa).

Time table – Thời dụng biểu, thời khắc biểu.

Time utility – Sự hữu dụng của một sản phẩm hay một dịch vụ khi cần.

Time value of money – Giá trị tiền tệ tính theo thời gian.

Tin – Thiếc.

Tip – Tiền thưởng (tiền trà nước); điều mách bảo, tin riêng (tuy dỏ); trạng thái nghiêng.

Title – Chứng khoán; văn tự (luật).

Title insurance – Bảo hiểm chủ quyền bằng khoán.

Title search – Sự tra cứu những văn kiện thiết thực về bằng khoán.

Toil – Làm việc cực khổ, cực nhọc; lao công lao lực.

Token coins – Đồng mạ kẽm thay thế tiền thực.

Tokyo Round – Những cố gắng để giảm bớt thuế thương chánh.

Toll – Thuế qua cầu, qua đường.

Tool – Dụng cụ.

Top management – Ban quản trị, ban giám đốc (công ty).

Tort – (Luật) Hành động làm thiệt hại cho người khác.

Total – Tổng số, tổng cộng; hoàn toàn, toàn thể, trọn, chung; tính góp, cộng lại.

Total assets – Tổng số tài sản.

Total income – Tổng số lợi tức.

Total taxable income – Tổng số lợi tức bị thuế.

Town – Thành phố, đô thị; thị xã.

Toxic chemicals – Chất hoá học độc, có hại.

Tract – Một vùng đất, khoảng đất.

Tractor – Máy kéo; máy cày; xe vận tải có kéo theo rổ mọt.

Trade – Nghề nghiệp; sự buôn bán, giao dịch thương mại, mãi mại.

Trade agreement – Thoả ước giao dịch, thương mại; thương ước.

Trade and commerce – Giao dịch và thương mại.

Trade association – Hiệp hội thương mại (của các công ty hoạt động cùng ngành).

Trade barrier – Những trở ngại giao thương.

Trade credit – Thương tín.

Trade discount – Sự giảm giá hàng của các nhà sản xuất.

Trade embargo – Xem chữ "Embargo".

Trade fair – Hội chợ triển lãm các loại máy móc, dụng cụ, sản phẩm quốc nội và quốc ngoại nhằm khuyến khích việc mua hàng. Người mua có thể đặt hàng ngay tại đó.

Trademark

Trademark – Nhãn hiệu có cầu chứng của nhà chế tạo; thương tiêu.

Trade-name – Tên hiệu một thương nghiệp hay một loại hàng hoá.

Trader – Nhà buôn; thương gia.

Trade-union – Nghiệp đoàn.

Trading – Buôn bán; mậu dịch; thương mại.

Traffic – Sự đi lại, lưu thông; buôn bán, giao dịch, mậu dịch, thương mại.

Train – Xe lửa; đào tạo; huấn luyện.

Training – Sự huấn luyện; sự tập dượt.

Transaction – Nghiệp vụ; chuyển mục.

Transfer price – Giá bán hay giá mua.

Transfer tax – Thuế thay đổi chủ quyền.

Transit system – Hệ thống vận tải, chuyển chở.

Translator – Người phiên dịch, dịch giả.

Transport – Chuyển chở.

Transportation insurance – Bảo hiểm vận chuyển.

Trash – Xác, bã, rác; các vật dụng phế thải.

Travel – Du lịch, du hành, lữ hành.

Travel agent – Nhân viên đại diện công ty du lịch.

Traveler's check – Chi phiếu lữ hành (chi phiếu được dùng khi đi du lịch thay thế bạc mặt).

Travel expense – Phí tổn vận chuyển.

Treasurer – Giám đốc ngân khố; viên thủ quỹ (hội, công ty...).

Treasury – Ngân khố, kho bạc; bộ tài chánh.

Treasury bill – Giấy nợ ngắn hạn của chính phủ Mỹ, thường đáo hạn trong vòng một năm.

Treasury bond – Công khố phiếu.

Treaty – Hiệp ước; hoà ước; khế ước, giao kèo.

Trend – Chiều hướng; khuynh hướng.

Trespass – (Luật) Sự vượt qua hay xâm phạm một nơi nào một cách bất hợp pháp.

Trial – Sự xét xử; xử án; thử thách.

Trial balance – Bản thử nghiệm tổng kết tài sản (để xem các con số bên tả phương và thái phương của các nghiệp vụ có phù hợp không).

Trip – Chuyến du hành; chuyến đi.

Truck – Xe vận tải.

Truck farm – Nông trại chuyên trồng rau cải, trái cây và bán ra tại địa phương.

Trust – Tín cẩn, tín nhiệm; sự giao thác tài sản (cho người nào, cơ quan nào, v.v.).

Trustee – Người thụ chuyển tài sản; nhân viên ban quản trị; người thụ uỷ; người thừa nhiệm.

Trustor – Người thác chuyển tài sản; người uỷ quyền, người uỷ nhiệm..

Trust property – Doanh nghiệp thụ chuyển.

Tuition – Học phí.

Turnover – Tỷ lệ lỗi thâu vào do việc đầu tư hay kinh doanh.

Typewriter – Máy đánh chữ.

Typist – Thư ký đánh máy.

U

Ultra-vires – Sự vượt quá quyền hạn, điều lệ.

Underdeveloped country – Quốc gia kém mở mang.

Underemployment – Nhân dụng dưới khả năng của nhân viên.

Understand – Hiểu; hiểu biết; am tường.

Undervaluation – Sự đánh giá quá thấp (tài sản, nhà cửa, v.v.).

Underwriter – Người bảo kê, bảo hiểm (thường là một ngân hàng hay một nghiệp đoàn, công đoàn, v.v.).

Unemployment – Tình trạng thất nghiệp.

Unemployment compensation – Tiền trợ cấp thất nghiệp.

Unemployment problem – Nạn thất nghiệp.

Unemployment tax – Thuế trợ cấp thất nghiệp.

Uniformed employees

Uniformed employees – Nhân viên đồng phục (như lính cứu hỏa, cảnh sát, tài xế xe buýt, v.v.).

Union – Nghiệp đoàn; liên đoàn; liên kết; tổ hợp.

Union contract – Hợp đồng lao động giữa nghiệp đoàn và chủ nhân (quy định lương bổng, quyền thâm niên, điều kiện làm việc, v.v.).

Union label – Nhãn hiệu, dấu hiệu đóng trên sản phẩm do công nhân nghiệp đoàn sản xuất.

Union scale – Bậc lương giờ của thợ do nghiệp đoàn ấn định.

Union security – Sự đảm bảo của nghiệp đoàn.

Unit – Một cái; đơn vị; khối.

Unit cost – Phí tổn trung bình cho mỗi đơn vị hàng hóa hay dịch vụ.

Unit pricing – Giá mỗi đơn vị.

Unit trust – Công ty tín thác quản trị phiếu khoán.

UNIVAC – Chữ viết tắt của "Universal Atomic Computer".

University – Trường đại học.

Unlawful – Bất hợp pháp.

Unlimited liability – Trách nhiệm vô giới hạn (không có giới hạn).

Unsecured loan – Sự cho vay không cần vật để áp bảo đảm.

Unskilled worker – Công nhân không có nghề chuyên môn.

Upholsterer – Thợ bọc hay sửa nệm ghế.

"Upkeep" – Sự bảo trì; bảo tu (chi phí, v.v.).

Urban planning – Thiết kế đô thị.

Urban renewal – Sự canh tân đô thị.

Used – Cũ; đã dùng rồi.

Useful life – Thời gian hữu dụng (sự dụng ích của tài vật, phẩm vật sản) trong thời gian ước định (số năm, số giờ, số đơn vị sản xuất, v.v.)

Use tax – Thuế đánh vào sự xử dụng của một vật gì.

Usury – Tiền lời cho vay tính cao hơn mức pháp định.

Utility – Tính chất hữu dụng của một vật hay dịch vụ làm thỏa mãn nhu cầu của con người.

Utility value – Giá trị hữu dụng (của một vật hay dịch vụ làm thỏa mãn nhu cầu của con người).

Utopia – Xã hội lý tưởng, không tưởng.

V

Vacancy – Tình trạng bỏ trống (nhà, phòng,v.v.); khuyết (thiếu).

Vacation – Kỳ nghỉ hè, ngày nghỉ hàng năm.

Vacation pay – Tiền trả cho công nhân trong thời gian người nầy nghỉ phép hàng năm.

Valid – Có hiệu lực; hữu hiệu; có giá trị.

Valid contract – Giao kèo hợp pháp, có hiệu lực.

Validate – Hiệu lực hóa; xác hiệu; làm cho có giá trị.

Valuation – Sự định giá, đánh giá, hộ giá.

Value – Giá trị; định giá, đánh giá.

Value-added tax (VAT) – Một thứ thuế đánh vào sản vật, hàng hóa làm tăng giá bán sản vật hay hàng hóa đó.

Vandalism – Tính hay phá hoại tài sản, công trình văn học, nghệ thuật, v.v. của người khác.

Van truck – Xe vận tải hạng nặng loại thùng kín.

Variable annuity – Niên kim bất định.

Variable budget – Ngân sách có thể thay đổi được.

Variable cost – Phí tổn khả biến (áp dụng vào việc sản xuất).

Variable expense – Chi phí bất định.

Variance – Sự sai biệt giữa thực giá và giá ước tính.

Variance report – Bản báo cáo số sai biệt giữa thực giá và giá ước tính.

Variety store – Tiệm tạp hóa.

Vegetable farm – Xem chữ "Truck farm".

Vegetable market – Chợ hàng rau.

Vehicle – Xe cộ; chuyển chở bằng xe cộ; phương tiện.

Vending machine – Máy bán hàng (nước ngọt, kẹo bánh, v.v.).

Vendor – Người bán hàng.

Venture

Venture – Công cuộc kinh doanh.

Venture capitalist – Nhà, nhóm tư bản xuất vốn kinh doanh.

Verification – Sự xác nhận, chứng thực, kiểm tra.

Vested – Được ban cho, phong cho; ký đắc, thụ đắc.

Via – Ngang qua; đi qua.

Viability – Khả năng tồn tại (hoạt động và phát triển của một quốc gia, một nền kinh tế, v.v.).

Vice – Phó; thứ; khuyết điểm.

Vice-president – Phó tổng thống; phó giám đốc.

Village – Làng; khu phố thương mại.

Violation – Sự vi phạm; phạm pháp.

Void – Vô hiệu; vô giá trị; giải tiêu (khế ước); bỏ.

Voluntary – Tự nguyện; tình nguyện.

Volunteer – Người tình nguyện; chí nguyện.

Vote – Bỏ phiếu, bỏ thăm.

Voucher – Người bảo lãnh, bảo đảm; biên lai, biên nhận, chứng thư.

Voucher register – Sổ kế toán liệt kê các trái vụ.

W

Wage – Lương giờ; lương ngày hay tiền công.

Wage base – Thù lao, lương căn bản.

Wage earner – Người làm công (giờ, ngày, v.v.).

Wage push inflation – Lạm phát do sự gia tăng thù lao.

Wage rate (per hour) – Suất lương giờ.

Wage standard – Mức lương tiêu chuẩn.

Waiter – Người hầu bàn, bồi nhà hàng (nam).

Waiting room – Phòng chờ đợi.

Waitress – Bồi bàn (nữ).

Waive – Bỏ; từ bỏ (quyền lợi, v.v.).

Waiver – Sự từ bỏ, khước từ.

Walkout – Đình công.

Wall – Tấm vách, bức tường.

Wall Street – Khu vực tài chánh ở thành phố Nữu Ước.

Wall Street Journal, The – Tên một tờ báo của nước Mỹ chuyên loan các tin tức liên quan đến kinh tế, thương mại, ghi chú về tài chánh, hoạt động của các công ty, giá cả thị trường lên xuống hằng ngày, v.v.

Wallet – Cái ví, cái bóp (nhỏ).

Want ad – Mục rao vặt (tìm người làm, tìm việc, v.v.), quảng cáo.

Wants – Nhu cầu.

War – Chiến tranh.

Warehouse – Kho hàng, thương khố.

Warehouse receipt – Biên nhận nhập kho.

Wares – Vật chế tạo, sản vật; hàng hóa.

Warranty – Sự bảo đảm, bảo chứng.

Warranty, full – Sự bảo đảm hoàn toàn.

Warranty, limited – Sự bảo đảm có giới hạn.

Washing machine – Máy giặt (quần áo).

Waste – Sự hao tổn; sự xài phí, lãng phí; vùng đất bỏ hoang; đồ, vật bỏ, vô giá trị, không dùng nữa.

quản lý như hối mại quyền thế, biển thủ công quỹ, v.v..

Whole life insurance – Bảo hiểm nhân mạng suốt đời.

Wholesale – Bán sỉ.

Wholesale price – Giá sỉ.

Wholesaler – Tiệm bán sỉ, người bán sỉ.

Wholly owned – Hoàn toàn làm chủ.

Will – Chúc thư; ý chí; sự quyết tâm; sự tự nguyện.

Wine – Rượu.

Withdraw – Rút, lấy một số tiền (ở kho tiết kiệm, trương mục v.v.).

Withholding statement (W-2 form) – Mẫu báo cáo lợi tức trong năm có khấu trừ thuế hay mẫu W-2. Mẫu nầy được cấp mỗi cuối niên khóa cho nhân viên trong việc khai thuế lợi tức hằng năm.

Withholding tax – Thuế lưu khẩu (thuế liên bang, tiểu bang, đô thị đã được chủ nhân khấu trừ trong sổ lương của nhân viên để đóng thẳng cho cơ quan thuế vụ).

Witness – Làm chứng; chứng kiến; chứng nhận; nhân chứng.

Wood – Gỗ; rừng.

Wool – Len, lông trừu.

Word – Chữ, danh từ, tiếng, lời; lời hứa; khẩu hiệu.

Word processing – Viết, hiệu đính hoặc lắp các văn kiện như thư từ, báo cáo, sách , báo, v.v. một cách nhanh chóng và dễ dàng qua việc sử dụng các chương trình điện toán hoặc máy điện toán đặc chế cho công việc nầy.

Work – Làm việc; việc làm.

Worker – Nhân viên, nhân công.

Worker's compensation insurance – Bảo hiểm bồi thường tai nạn lao động.

Working capital – Vốn luân chuyển; vốn lưu động.

World Bank – Ngân hàng thế giới thuộc tổ chức Liên Hiệp Quốc.

World Court – Toà án quốc tế.

Worth – Xứng đáng; giá trị.

Worthless – Vô giá trị; vô dụng.

Write down – Xem chữ "Write off".

Write off – Sự trả lần; sự giảm trái; khoản chiết cựu; sự loại hẳn ra khỏi sổ sách một trương mục nào đó đã thanh toán xong; ký chú bằng văn tự.

Write up – Ký chú sự tăng gia giá trị của một tài sản.

Written law – Luật thành văn.

Wrong – Sai, trái.

X

X-mas – Do chữ "Christmas", ngày Chúa giáng sinh.

X-ray – Quang tuyến x; rọi kiếng.

Xenophobia – Tính bài ngoại; ghét người ngoại quốc, người lạ.

Y

Yard – Thước Anh, đơn vị chiều dài bằng 0.91 mét.

Yard sale – Sự bán lại tại sân nhà vật dụng đã dùng; chợ trời tư viên.

Year – Năm, đơn vị thời gian bằng 12 tháng hay 365 ngày.

Year end adjustment – Sự điều chỉnh, sổ sách cuối niên khóa.

Year end closing – Sự kết toán sổ sách cuối niên khóa.

Year end dividend – Cổ tức trả phụ thêm cuối tài khóa.

Year end forecast – Sự tiên đoán tình trạng (tài chính) cho cuối niên khóa.

Yearly – Hằng năm; thường niên.

Yellow-dog contract – Khế ước làm việc qui định công nhân không được gia nhập nghiệp đoàn lao động. Ngày nay loại khế ước nầy được xem như là bất hợp pháp.

Yield – Sanh sản, sản xuất, sanh lời; lời suất; nhường lại; đầu hàng, qui phục, khuất phục.

Z

Zero- coupon bond – Loại trái phiếu lũy tức định kỳ (Vốn và lời dồn lại trả một lần khi đến hạn kỳ).

Zero economic growth – Sự không phát triển kinh tế.

Zero population growth – Sự không tăng gia dân số.

Zilch – (Tiếng lóng) Số không; không; tuyệt không; không quan hệ, không tốn (xu nào).

Zinc – Kẽm.

Zip code – Vùng bưu chính.

Zone improvement plan – Chương trình phát triển một vùng (dân cư, thương mại...).

Zoning ordinance – Sắc lệnh phân khu (dân cư, thương mại, kỹ nghệ, v.v.) của thành phố, quận....

SELECTED COMMON ABBREVIATIONS USED IN BUSINESS, GOVERNMENT AGENCIES, NEWS PAPERS, ETC.

A

A & M - "Agriculture and Mechanical".

A 1 - "First Class".

A/C- ACCT- ACC- "Account".

A/C -"Account Current "; also read as"Accounts Receivable".

A/D - "After date".

AA - "Automobile Association"; "Articles of Association" "Always Afloat".

AAA -"Agricultural Adjustment Administration"; "American Accounting Association"; "American Arbitration Association"; "American Automobile Association".

AAAA - "American Association of Advertising Agencies".

AAR - "Association of American Railroads"; "Against all Risks".

AACSB - "American Assembly of Collegiate Schools of Business".

ABA - "American Bankers Association"; "American Bar Association".

ABC - "American Broadcasting Company"; "Audit Bureau of Circulation".

ABM - "Antiballistic Missile".

AC - "Alternating Current".

AC/DC - "Alternating Current / Direct Current".

ACC - "Acceptance"; "Accepted"; "Acception".

ACE - "Active Corps of Executives".

ACLU - "American Civil Liberties Union".

ACRS - "Accelerated Cost Recovery System".

ACV - "Actual Cash Value".

AD - "Advertisement"; "Anno Domini".

ADB - "Asian Development Bank"' "African Development Bank".

ADM - "Additional Dealer Markup".

ADP - "Automatic Data Processing".

ADR - "American Depository Receipts"; "Asset Depreciation Range".

AD VAL - "Ad Valorem".

AEC - "Atomic Energy Commission".

AEI - "American Enterprise Institute".

AFB - "Air Freight Bill".

AFDC - "Aid to Families with Dependent Children"; "Allowance for Funds used During Construction".

AFL - "American Federation of Labor".

AFL-CIO - "American Federal of Labor-Congress of Industrial Organizations".

AFSCME - "American Federation of State, County and Municipal Employees".

AFT - "American Federation of Teachers".

AFTRA - "American Federation of Television and Radio Artists".

AG - "Attorney General".

AGM - "Annual General Meeting".

AGT - "Agent".

AI - "Artificial Intelligence".

AIA - "American Institute of Architects".

AIB - "American Institute of Banking".

AICPA - "American Institute of Certified Public Accountants".

AID - "Agency for International Development".

AIDS - "Acquired Immunodeficiency Syndrome".

ALTA - "American Land Title Association".

A-LEVEL - "Advanced Level".

AM - "Amplitude Modulation"; "Ante Meridiem".

AMA - "American Management Association"; "American Medical Association".

AMD - "Advanced Micro Devices".

AMEX - "American (stock) Exchange".

AMT - "Air Mail Transfer"; "Alternative Minimum Tax".

ANPA - "American Newspaper Publisher's Association".

A/O - "Account of".

A&P - "The Great Atlantic and Pacific Tea Co.".

AP - "Associated Press".

A/P - "Accounts Payable"; "Authority to Pay".

APA -"Administrative Procedures Act".

APB - "Accounting Principles Board"; "All Points Bulletin".

APD - "Automatic Payroll Deduction".

API - "American Petroleum Institute".

APO - "Asian Productivity Organization"; "Army Post Office".

APR - "Annual Percentage Rate".

A/R - "All risks"; "Advice/of Receipt"; "Accounts Receivable".

ARB - " Accounting Research Bulletin".

ARM - "Adjustable-rate Mortgage".

A/S - "Account Sales"; "After Sight".

ASAP - "As Soon As Possible".

ASE - "American Stock Exchange".

ASEAN - "Association of Southeast Asian Nations".

ASLB - "Atomic Safety and Licensing Board".

ASR - "Accounting Series Release".

ATA - "Air Transportation Association"; American Trucking Association".

AT & T - "American Telephone & Telegraph".

ATM - "Automatic Teller Machine".

ATM - "Automatic Transfer Machines".

ATV - "Amalgamated Transit Union".

AVC - "Average Variable Cost".

A/W - "Actual Weight".

AWB - "Air Waybill".

AWW - "Average Weekly Wage".

B

B.A. - "Bachelor of Arts".

B/E - "Bill of Exchange".

B/L - "Bill of Lading".

BAL - "Balance".

BASIC - "Beginner's All-purpose Symbolic Instruction Code".

BB - "Bill - Book".

BBB - "Better Business Bureau".

BBC - "British Broadcasting Company".

BBL - "Barrel".

B/D - "Bank Draft"; "Brought Down".

B/E - "Bill of Entry".

B/F - "Brought Forward".

BFOQ - "Bona Fide Occupational Qualification".

BH - "Bill of Health".

BIA - "Bureau of Indian Affairs".

BIS - "Bank for International Settlements".

BK - "Bank"; "Book"; "Backwardation".

BKGE - "Brokerage".

BL - "Barrel"; "Bale".

BLM - "Bureau of Land Management".

BLS - "Bureau of Labor Statistics".

BM - "Board Measure".

BMW - "Bavarian Motor Works".

BO - "Branch Office".

B/O - "Brought Over".

BOT - "Board of Trustees"; "Board of Trade".

BP - "Bills Payable"; "By Procuration".

BPA - "Bonneville Power Administration".

BR - "Bills Receivable".

BRI - "Brand Rating Index".

BRS - "British Road Services".

BS - B/S - "Bachelor Of Science"; "Balance Sheet"; "Bill of Sale".

BT - "Berth Terms".

BTU - "British Thermal Unit".

BU - "Bushel".

B/V - "Book Value".

BVD - "Bradley, Vories and Day".

BYOB - "Bring Your Own Bottle".

C

CA - "Chartered Account"; "Circa"; "Current Account".

CAB - "Civil Aeronautics Board".

CAD - "Cash Against Document".

CAD/CAM - "Computer-Aided Design"/"Computer-Assisted Manufacturing".

CAF - "Cost and Freight".

CARE - "Customers Are Really Everything"; Cooperative for American Relief to Everywhere".

CAT - "Catalogue".

CATs - "Customer Action Teams".

CATV - "Community Antenna Television".

CB - "Cash Book".

CBD - "Cash Before Delivery".

CBI - "Confederation of British Industry".

CBO - "Congressional Budget Office" (U.S.A.).

CBS - "Columbia Broadcasting System".

CC - "Cubic Centimeter"; "Carbon Copy".

CCA - "Controlled Circulation Audit".

CCC - "Civilian Conservation Corps"; "Commodities Credit Corporation".

CCTV - "Closed Circuit Television".

CD - "Certificates of Deposit".

C/D - "Carried Down".

CE - "Chartered Engineer".

CETA - "Comprehensive Employment and Training Act".

CEA - "Council of Economic Advisors".

CEO - "Chief Executive Officer".

C/F - "Carried Forward".

CF - "Compare".

CFA - "Consumer Federation of America".

CFO - "Chief Financial Officer".

CFP - "Certified Financial Planner".

CFTC - "Commodity Futures Trading Commission".

CGE PD - "Carriage Paid".
CH - C/H - "Custom House" - "Clearing House".
CH.FWD - "Charges Forward".
CH.PD - "Charge Paid".
CH.PPD - "Charge Prepaid".
CIA - "Central Intelligence Agency", "Certified Internal Auditor"; "Cash in Advance".
CIF - "Cost, Insurance and Freight".
CIM - "Computer Integrated Manufacturing".
CIO - "Congress of Industrial Organizations".
CIS - "Customer Information System".
CL - "Car Load".
CLI - "Cost of Living Index".
CLU - "Certified Life Underwriter".
C/M - "Call of More".
CMA - "Certified Management Accountant".
CMSA - "Consolidated Metropolitan Statistical Area".
C/N - "Circular Note"; "Credit Note".
CO- C/O - "Company" - "Care Of".
COBOL - "Common Business Oriented Language".
COD - "Cash On Delivery".
COLA - "Cost-Of-Living Adjustment".
CONSOL - "Consolidated".
CONT - "Contents"; "Continued".
COPE - "Committee On Public Education".
CORP - "Corporation".
C/P - CP - "Charter Party" - "Carriage Paid".
CPA - "Certified Public Accountant".
CPD - "Charters Pay Duties".
CPI - "Consumer Price Index".
CPM - "Critical Path Method".
CPN - "Corporation".
CPS - "Cycles Per Second".
CPSC - "Consumer Products Safety Commission".
CPT - "Cost Per Thousand".
CPU - "Central Processing Unit".
Cr. - "Credit"; "Company's Risk"; "Carrier's Risk"; "Current Rate".
CRB - "Commodity Research Bureau".
CREF - "College Retirement Equities Fund".
CRT - "Cathode Ray Tube".
CSI - "Customer Satisfaction Index".
C/T - "Cable Transfer".
CTL - "Constructive Total Loss".
CU.FT - "Cubic Foot".

CUM.DIV - "Cum Dividend".
CURR - CURRT - "Current".
C/W - "Commercial Weight".
CWO - "Cash With Order".
CWT - "Centumweight" (Hundredweight:100 pounds).

D

D & B - "Dun and Bradstreet".
D/A - "Documents Against Acceptance"; Deposit Account"; "District Attorney".
DAC - "Development Assistance Committee" of OECD.
DAP - "Documents Against Payment".
DAT - "Digital Audio Tape".
DAV - "Disabled American Veterans".
DBA - "Doctor of Business Administration".
DBMS - "Data-Base Management System".
DC - "Direct current"; "District Of Columbia".
DC/AC - "Direct Current / Alternating Current".
DCF - "Discounted Cash Flows".
DCL - "Doctor of Civil Law".
DCS - "Doctor Of Commercial Science".
DDB - "Double-Declining Balance".
DD - DELD - "Delivered".
DDD - "Direct Distance Dialing".
DE - "Distributive Education".
DEA - "Drug Enforcement Administration".
DEB - "Debenture".
DECA - "Distributive Education Clubs of America".
DEF - "Deferred".
DELY - "Delivery".
DEPT - "Department".
DF - "Dead Freight".
DFT - "Draft".
DIS - DISC - DISCT - "Discount".
DISC - "Domestic International Sales Corporation".
DIV - "Dividend".
DJ - "Disc Jockey".
DJIA - "Dow Jones Industrial Average".
DL - "Dayletter".
DLT - "Daily Letter Telegram".
DMU - "Decision Making Unit".
D/N - DN - "Debit Note"; "Dispatch Note".

DNA - "Deoxyribonucleic acid".
D/O - "Delivery Order".
DOC - "Department of Commerce".
DOD - "Department of Defense".
DOE - "Department of Energy"; "Department of Education".
DOL(S) - "Dollar(s)".
DOS - "Disk Operating System".
DOT - "Department of Transportation".
DOZ - "Dozen".
D/P - "Documents Against Payment".
DP - "Data Processing".
DPI - "Disposable Personal Income".
Dr. - "Debit".
D/S -DS - "Days After Sight".
DST - "Daylight Saving Time".
D/W - "Dock-Warrant"; "Deadweight".
DWI - "Driving While Intoxicated".
DWT - "Dead Weight Ton".

E

EACM - "East African Common Market".
EC - "European Community".
ECAFE - "Economic Commission for Asian and the Far East".
ECLA - "Economic Commission for Latin American".
ECM - "European Common Market".
ECOSOC - (United Nations) "Economic and Social Council".
ECSC - "European Coal and Steel Community".
ECU - "European Currency Unit".
EDC - "European Defense Community".
EDI - "Electronic Data Interchange".
EDP - "Electronic Data Processing".
EDR - "European Depository Receipts".
EDT - "Eastern Daylight Time".
EE - "Errors Except"; "Electrical Engineer".
EEC - "European Economic Community".
EEOC - "Equal Employment Opportunity Commission".
EET - "East European Time".
EFTA - "European Free Trade Association".
EFTS - "Electronic Funds Transfer Systems".
EG - "Exempli Gratia"; "For Example".
EI - "Employee Involvement".
EIEO - "Emerging International Economic Order".

EIS - "Environmental Impact Statement".
EMA - "European Monetary Agreement".
EMS - "European Monetary System".
ENC - ENCL - ENC - "Enclosure".
ENEA - "European Nuclear Energy Agency".
ENIAC - "Electronic Numerical Integrator and Computer".
EOHP - "Except Otherwise Herein Provided".
EOM - "End of Month".
EOQ - "Economic Order Quantity".
EPA - "Environmental Protection Agency".
EPS - "Earnings Per Share".
EPVI - "Excess Present Value Index".
ERISA - "Employee Retirement Income Security Act."
ESOP - "Employee Stock Ownership Plan".
ESOT - "Employee Stock Ownership Trust".
ESP - "Especially"; "Extra-Sensory Perception".
EST - "Eastern Standard Time"; "Established".
ETA - "Estimated Time of Arrival".
EURATOM - "European Atomic Community".
EX-CP - "Ex-Coupon".
EX-DIV - "Ex-Dividend".
EX-ECS - "Ex-Executives".
EX-SS - "Ex-Steamer".
EX-WHF - "Ex-Wharf".
EX-WHSE - "Ex-Warehouse".
EXIM - "Export-Import Bank of Washington".

F

FAA - "Federal Aviation Administration"; "Free Of All Average".
FAC - "Fast as can".
FAK - "Freight all kinds".
FAO - "Food and Agriculture Organization" of the U. N.
FAQ - "Free Alongside Quay"; "Fair Average Quality".
FAS - "Free Alongside Ship".
FASB - "Financial Accounting Standards Board".
FAX - "Facsimile".
FBI - "Federal Bureau of Investigation".
FBLA - "Future Business Leaders of America".
FC - "Fixed Cost"; "For Cash".
FCC - "Federal Communications Commission".
FCIA - "Foreign Credit Insurance Association".
FC&S - "Free of Capture and Seizure".

FD - "Free Discharge".

FDA - "Food and Drug Administration".

FDIC - "Federal Deposit Insurance Corporation".

FDR - "Franklin Delano Roosevelt ".

FED - "Federal Reserve System"; "Federal Reserve Board".

FEI - "Financial Executives Institute".

FELA - "Federal Employees Liability Act".

FEMA - "Federal Emergency Management Agency".

FEP - "Fair Employment Practices".

FERC - "Federal Energy Regulatory Commission".

FF - "Following".

FFA - "Future Farmers of America".

FGA - "Free Of General Average".

FHA - "Federal Housing Administration".

FHLB - "Federal Home Loan Bank".

FHLBB - "Federal Home Loan Bank Board".

FHLMC- "Federal Home Loan Mortgage Corporation"; "Freddie Mac".

FIB - "Free in bunker".

FICA - "Federal Insurance Contribution Act".

FIFO - "First-In, First-Out".

FIO - "Free In and Out".

FIRE - "Financial Insurance and Real Estate".

FISH - "First-in, Still Here".

FLSA - "Fair Labor Standards Act".

FM - "Frequency Modulation".

FMCS - "Federal Mediation and Conciliation Service".

FNMA- "Federal National Mortgage Association"; "Fannie Mae".

FOB - "Free On Board".

FOC - "Free Of Charge".

FOD - "Free Of Damage".

FOMC - "Federal Open Market Committee".

FOQ - "Free On Quay".

FOR - "Free On Rail".

FORTRAN - "Formula Translator".

FOS - "Free on Steamer".

FOT - "Free On Truck".

FP - "Fully Paid"; "Floating Policy".

FPA - "Free on Particular Average".

FPC - "Federal Power Commission".

FRB - "Federal Reserve Board".

FRS - "Federal Reserve System".

FRT - "Freight".

FSLIC - "Federal Savings and Loan Insurance Corporation".

FSX - "Fighter Support Experimental".
FTC - "Federal Trade Commission".
FTE - "Full Time Equivalent".
FUTA - "Federal Unemployment Tax Act".
FWD - "Four-Wheel Drive"; "Forward".
FX - "Foreign Exchange".
FYI - "For Your Information".

G

GAAP - "Generally Accepted Accounting Principles".
GAAS - "Generally Accepted Auditing Standards".
GAO - "General Accounting Office".
GASB - "Government Accounting Standards Board".
GATT - "General Agreement on Tariffs and Trade".
GAW - "Guaranteed Annual Wage".
GBO - "Goods in Bad Order".
GCE - "General Certificate of Education".
GCIU - "Graphics Communications International Union".
GDP - "Gross Domestic Product".
GE - "General Electric Corporation".
GED - "General Education Diploma".
GFTU - "General Federation of Trade Union".
GHQ - "General Headquarters".
GI - "Government Issue".
GIGO - "Garbage In, Garbage Out".
GLC - "Greater London Council"; "Great Little Car".
GM - "General Motors Corporation"; "General Manager".
GMAC - General Motors Acceptance Corporation".
GMAT - "Graduate Management Admissions Test".
GMB - "Good merchantable brand".
GMQ - "Good merchantable quality".
GMT - "Greenwich Mean Time".
GNMA - "General National Mortgage Association".
GNP - "Gross National Product".
GOB - "Good Ordinary Brand".
GOP - "Grand Old Party".
GP - "General Practitioner".
GPA - "Grade Point Average".
GPL - "General Price Level".
GPLA - "General Price Level Adjusted Statements".
GPO - "Government Printing Office"; "General Post Office".
GR.WT - "Gross Weight".
GRT - "Good Register Ton".

GSA - "General Services Administration".
GTC - "Good-Till-Cancelled".

H

HB - "House Bill".
H - BOMB - "Hydrogen bomb".
HBO - "Home Box Office".
HC - "Home consumption".
HD - "Heavy Duty".
HDTV -"High Definition Television".
HERE - "Hotel Employees and Restaurant Employees".
HEW-"Housing, Education and Welfare"; "Department of Health, Education, and Welfare".
HHD - "Hogshead".
HHS - "Health and Human Services".
HMC - "Her (His) Majesty's Customes".
HMO - "Health Maintenance Organization".
HMS - "Her (His) Majesty's Ship".
HO - "Head Office".
HOW - "Home Owner Warranty".
HP - "Horse Power"; "Hire Purchase".
HQ - "Headquarters".
HS - "High-school"; "Home Secretary".
HUD - "Department of Housing and Urban Development".

I

IAEA - "International Atomic Energy Agency".
IAFP - "International Association of Financial Planners".
IAM - "International Association of Machinists".
IASC - "International Accounting Standards Committee".
IATA - "International Air Transport Association".
IB - "Invoice Book".
IBA - "Independent Broadcasting Authority".
IBEW - "International Brotherhood of Electrical Workers".
IBM - "International Business Machine".
IBRD - "International Bank of Reconstruction and Development".
IC - "Integrated Circuit".
ICAO - "International Civil Aviation Organization".
ICBM - "Intercontinental Ballistic Missile".
ICC - "International Chamber of Commerce".
ICC - "Interstate Commerce Commission".
ICFP - "Institute for Certified Financial Planners".

ID - "Identification"; "Immigration Department".

IDA - "International Development Agency".

IDB - "Inter-American Development Bank".

IDP - "Integrated Data Processing".

I.E - "That is".

IEA - "International Energy Agency".

I/F - "Insufficient funds".

IFAC - "International Federation of Accountants Committee".

IFAD - "International Fund for Agricultural Development".

IFC - "International Finance Corporation".

IG - "Inspector General".

IHP - "Indicated Horse Power".

IIA - "Institute of Internal Auditors".

ILA - "International Longshoremen's Association".

ILGWU - "International Ladies Garment Workers' Union".

ILO - "International Labor Organization".

IMA - "Institute of Management Accounting".

IMCO - "Inter-Government Maritime Consultative Organization".

IMF - "International Monetary Fund".

IMO - "International Maritime Organization".

IMP - "Import".

INC - "Incorporated".

INCE - INS - INSCE - "Insurance"; "Assurance".

INCL - "Inclusive".

INS - "Immigration and Naturalization Service".

INST - "Instant".

IOU - "I Owe You".

IPO - "Initial Public Offering".

IQ - "Intelligence Quotient".

IRA - "Individual Retirement Account"; "Irish Republican Army".

IRC - "Internal Revenue Code".

IRS - "Internal Revenue Service".

ISBN - "International Standard Book Number".

ISIS - "Information Systems Investment Strategies".

ITC - "International Trade Commission", "Investment Tax Credit".

ITO - "International Trade Organization".

ITT - "International Telephone and Telegraph".

ITU - "International Telecommunication Union".

ITV - "Independent Television".

IUD - "Intra-uterine Device".

IWW - "Industrial Workers of the World".

J

JAL - "Japan Airlines".
JAYCEES - "Junior Chambers of Commerce".
J/A - "Joint Account".
JCC - "Junior Chamber of Commerce".
JCS - "Joint Chiefs Of Staff".
JD - "Doctor of Jurisprudence".
JETRO - "Japan External Trade Organization".
JFK - "John Fitzgerald Kennedy".
JICNARS - Joint Industry Committee for National Readership Surveys".
JIT - "Just-In-Time".
JP - "Justice of The Peace".
JR - "Junior".
JTB - "Japan Travel Bureau".
JTWRS - "Joint Tenants With Right of Survivorship".

K

K - "Karat"; "1024 bytes"; "1,000".
KGB - "Komitet Gosudarstvenoi Bezopasnosti".
KKK - "Ku Klux Klan".
KKR - "Kohlberg, Kravis, and Roberts".
KISS - "Keep It Simple, Stupid!".
KITA - "Kick them in the ass".

L

L/C - "Letter of Credit".
LAFTA - "Latin American Free Trade Area".
LASER - "Light Amplification By Stimulated Emission Of Radiation".
LBO - "Leveraged buyout".
LCD"Telegram in the language of the country of destination".
LCL - "Less than Carload (lot)".
LCO - "Telegram in the language of the country of origin".
LDC - "Lesser Developed Country".
LDG - "Loading"; "Landing".
LDR - "London Depository Receipts".
LED - "Ledger".
LIBOR - "London Interbank Offered Rates".
LIFO - "Last-in, first-out" (FISH).
LIP - "Life Insurance Policy".

LISH - "Last-In, Still-Here".
LP - "Linear Programming".
LPG - "Liquified Petroleum Gas".
LSAT - "Law School Admissions Text".
LT - "Long Ton".
LTD - "Limited" Liability.
LTL - "Less than Truckload Lot".
LVT - "Landing Vehicle Tracked".

M

M/A - "My Account".
MBA - "Master of Business Administration".
MBDA - "Minority Business Development Agency".
MBIA - "Municipal Bond Insurance Association".
MBO - "Management by Objectives".
MBWA - "Management By Wandering Around".
MC - "Marginal Cost"; "Master Of Ceremonies".
MCE - "Mid-America Commodity Exchange".
MD - "Doctor Of Medicine".
MD - M/D -"Memorandum of deposit"; "Months after Date".
ME - "Medical Examiner".
MESBICs - "Minority Enterprise Small Business Investment Companies".
METRO - "Metropolitan Government Unit".
MFN - "Most Favored Nation".
MG - "Morris Garage".
MICR - "Magnetic Ink Character Recognition".
MIP - "Marine Insurance Policy"; "Monthly Investment Plan".
MIS - "Management Information System".
MIT - "Massachusetts Institute Of Technology".
MITI - "Ministry of International Trade and Industry".
MLR - "Minimum Lending Rate".
MMA - "Money Market Account".
MMI - "Money Market Investments".
MNC - "Multinational Company".
MO - "Money Order".
MOB - "Mail Order Business".
MOD - "Mail Order Department".
MORTG - "Mortgage".
MOS - "Military Occupational Speciality".
MP - "Member of Parliament"; "Months After Payment".
MPG - "Miles Per Gallon".
MR - "Motivational Research".

M/S - "Months After Sight".
MS - "Master Of Science"; "Months' Sight"; "Multiple Sclerosis".
MT - "Mail Transfer".
MTN - "Multilateral Trade Negotiations".
MTP - "Management Training Program".
M/U - "Mark-Up price".

N

NA - "Not Applicable"; "Not Available"; "No Account"; "No Advice".
NAA - "National Association of Accountants".
NAACP - "National Association for The Advancement of Colored People".
NAB - "National Association of Broadcasters".
NAC - "National Audience Composition".
NADA - "National Automobile Dealers Association".
NAIC - "National Association of Insurance Commissioners".
NAM - "National Association of Manufacturers".
NANA - "North American Newspaper Alliance".
NAPM - "National Association of Purchasing Management".
NARB - "National Advertising Review Board".
NASA - "National Aeronautics and Space Administration".
NASD - "National Association of Securities Dealers".
NASDAQ - "National Association of Securities Dealers Automated Quotations".
NAT&D - "North American Tool & Die".
NATO - "North Atlantic Treaty Organization".
NBA - "National Basket Ball Association".
NBC - "National Broadcasting Company".
NBEA - "National Business Education Association".
NCAA - "National Collegiate Athletics Association".
NCB - "National Coal Board".
NCO - "Non-Commissioned Officer".
NCUA - "National Credit Union Association".
NCV - "No Commercial Value".
NEA - "National Education Association"; National Endowment for the Arts"; Newspaper Enterprise Association".
NEDC - "National Economic Development Council".
NES - "Not elsewhere specified".
N/F - "No funds".
NFL- "National Football League".
NFS - "Not For Sale".
NHK -"Nihon Hoso Kyokai".
NHS - "National Health Service".

NHTSA - "National Highway Traffic Safety Administration".

NIC's - "Newly Industrialized Countries".

NIEO - "New International Economic Order".

NIFO - "Next-In, First-Out".

NIH - "Not Invented Here".

NIKKEI - "Nippon Keizai".

NLRA - "National Labor Relations Act".

NLRB - "National Labor Relations Board".

NMB - "National Mediation Board".

N/N - "No Noting".

N/O - "No Orders".

NOAA - National Oceanic and Atmospheric Administration".

NOE - "Not otherwise enumerated".

NORAD - "North American Air Defense".

NOS - "Not Otherwise Stated".

NOW - "Negotiable Order of Withdrawal"; "National Organization for Women".

NP - "Notary Public".

NPV - "No Par Value".

NRA - "National Rifle Association".

NRC - "Nuclear Regulatory Commission".

NRT - "Net Register Ton".

NSA - "Not Seasonally Adjusted".

NSC - "National Security Council".

NSF - "Not Sufficient Funds"; "National Science Foundation".

NSTA - "National Science Teachers Association".

NTSB - "National Traffic Safety Board".

NTT - "Nippon Telephone & Telegraph".

NUM - "National Union Of Mineworkers".

NUMMI - "New United Motor Manufacturing, Inc.".

NUR - "National Union of Railwaymen".

NWT - "Net Weight".

NYFE - "New York Futures Exchange".

NYSE - "New York Stock Exchange".

O

OAEC - "Organization for Asian Economic Co-operation".

OAS - "Organization of American States".

OASDHI - "Old Age, Survivor's Disability and Health Insurance".

OASI - "Old Age and Survivors Insurance".

OAU - "Organization for African Unity".

OCAW - "Oil, Chemical, and Atomic Workers".

OCP - "Oversea Common Point".

OCR - "Optical Character Recognition".

OD - "Organization Development"; "On Demand"; "Overdrawn".

OECD - "Organization for Economic Cooperation and Development".

OEEC - "Organization for European Economic Cooperation".

OEM - "Original Equipment Manufacturer".

OEO - "Office of Economic Opportunity".

OFCCP - "Office of Federal Contract Compliance Programs".

OFM - "Office Of Financial Management".

OIC - "Opportunities Industrialization Center".

OIT - "Office of International Trade".

OJT - "On-the-Job Training".

OK - "Okay".

O&M - "Organization and Methods".

OMB - "Office of Management and Budget".

OMBE - "Office of Minority Business Enterprise".

O/O - "Order Of".

OP - "Open Policy".

OPEC - "Organization of Petroleum Exporting Countries".

OPIC - "Overseas Private Investment Corporation".

OR - "Owner's Risk"; "Operations Research".

OS - O/S - "Out of stock".

OSHA - "Occupational Safety and Health Administration".

OT - "Overtime".

OTC - "Over The Counter".

OTS - "Opportunity To See".

P

P – "Page"; "Per"; "premium".

P & L – "Profits and Loss".

P.S.I. – "Pounds per Square Inch".

P/E – "Price/ Earnings".

PA – P/A – "Personal Assistant"; "Particular Average" – "Power Of Attorney".

PAA – "Pan American Airways".

PAC – "Political Action Committee".

PAL – "Phase alternation line".

PAT – "Patent".

PATCO – "Professional Air Traffic Controllers Organization".

PAYE – "Pay As You Earn".

PBGC – "Pension Benefit Guaranty Corporation".

PBS – "Public Broadcasting System".

PBX -"Private Branch Exchange".

PC – "Personal Computer"; "Petty cash"; "Percent"; "Price current".
PCL – "Parcel".
PD – "Paid".
PDQ – "Pretty Damn Quick", (immediately).
PDUs – "Professional Development Units".
PE – "Production Engineer".
PER – "Price Earnings Ratio".
PER PRO – "Per Procurationem".
PERS – "Public Employees Retirement System".
PERT – "Program Evaluation and Review Technique".
PF – "Preferred".
PIC – "Personal Identification Code".
PIMS – "Profit Impact of Market Stragegy".
PIPC – "Production and Inventory Planning and Control".
PIRG – "Public Interest Research Group".
PIUs – "Professional Improvement Units".
PKG – "Package".
P/L – "Partial loss".
PL – "Public Law".
PLO – "Palestine Liberation Organization".
PM – "Postmaster; Post Meridian; Preventive Maintenance".
PMG – "Postmaster General".
PMI – "Private Mortgage Insurance".
P/N – PN – "Promissory Note".
PO – "Post Office"; "Postal Order".
POB – "Public Oversight Board"; Post Office Box".
POD – "Pay On Delivery".
POE – "Port of Entry"; "Port of Embarkation".
POP – "Point of Purchase".
POR – "Pay on return".
POS – "Point-of-Sale".
POSH – "Port Out-Starboard Home".
P&P – "Postage and Packing".
P.PRO – "Per procuration".
PPD – "Prepaid".
PPT – "Prompt".
PR – "Public Relations".
PREF – Preference".
PROX – "Proximo".
PS – "Postscript".
PSAs -"Public Service Announcements".
PTA – "Parent Teachers Association".
PTLY.PD – "Partly paid".
PTO – "Patent and Trademark Office"; "Please Turn Over".

PUC – "Public Utility Commissions".
PUD – "Public Utility District".
PV – "Par value".
PVC-"Polyvinyl Chloride".
PWA – "Public Works Administration".
PX – "Post Exchange".

Q

QC – "Quality Circle", "Quality Control".
QED – "Quod erat demonstrandum".
QLT – "Quality".
QTY – "Quantity".
QWL – "Quality-of-Work-Life".

R

R & D – "Research and Development"; "Refer to drawer".
RAM – "Random Access Memory".
RAMAC – "Random Access Memory Accounting Machine".
RAR – "Revenue Agent's Report".
R&CC – "Riot and civil commotions".
RCA – "Radio Corporation of America".
RDA – "Recommended Daily Allowance".
RDC – "Running down clause".
RE – "In regard to".
REC – "Real Estate Contract"; "Received"; "Receipt".
RED – "Redeemable".
REF – "Reference".
REG – Registered".
REIT – "Real Estate Investment Trust".
RESPA – "Real Estate Settlement Procedures Act".
RETD – "Returned".
REV – "Revenue".
RICO – "Racketeer Influenced and Corrupt Organization".
RIF – "Reduction In Force".
RIP – "Requiescat in pace"; "Rest In Peace".
RLA – "The Railway Labor Act of 1926".
RMD – "Ready Money Down".
RN – "Registered Nurse".
ROA – "Return On Assets".
ROD – "Refused on delivery".
ROE – "Return On Equity".
ROG – "Receipts Of Goods".

ROI – "Return On Investment".
ROM – "Read Only Memory".
ROR – "Rate Of Return".
ROSE – "Return on Stockholders' Equity".
ROTC – "Reserve Officers' Training Center".
RP – "Reply paid".
RPS – "Revolutions per second".
RR – "Railroad".
RSVP – "Répondez S'il Vous Plaît"; "Please reply".
RSWC – "Right side up with care".
RTP – "Resolution Trust Corporation".
RUIA – "Railroad Unemployment Insurance Act".
RV – "Recreational Vehicle".
RY – "Railway".

S

S & P – "Standard and Poor's".
S. A. – Corporation, "Société Anonyme".
S/D B/L – "Sight Draft / Bill of Lading".
SAB – "Staff Accounting Bulletin of the SEC"; "Stamped addressed envelope".
SAE – "Society of Automotive Engineers".
SALT – "Strategic Arms Limitation Talks".
SAS – "Statement on Auditing Standards" of the AICPA.
SAT – "Scholastic Aptitude Test".
SAV – "Stock at valuation".
SBA – "Small Business Administration".
SBDC – "Small Business Development Centers".
SBI – "Small Business Institute".
SBIC – "Small Business Investment Company".
SCORE – "Service Corps Of Retired Executives".
S/D – "Sea damage".
SDR – "Special Drawing Rights".
SEATO – "Southeast Asia Treaty Organization".
SEC – "Securities and Exchange Commission".
SEIU – "Service Employees International Union".
SEPA – "State Environmental Policy Acts".
SET – "Selective Employment Tax".
SFAS – "Statements of Financial Accounting Standards".
SGD – "Signed".
S&H.EX – "Sundays and holiday excepted".
SHIPT – "Shipment".
SIC – "Standard Industrial Classification".

SIG – "Signature".
SIPC – "Securities Investor Protection Corporation".
S/LC – **S&LC** – "Sue and Labor Clause".
SME – "Society Of Manufacturing Engineers".
SMSA – "Standard Metropolitan Statistical Area".
S/N – **SN** – "Shipping Note".
S/O – "Standing Order"; "Seller's Option".
SOM – "School of Management".
SOP – "Standard Operating Procedure".
SOYD – "Sum Of the Years Digits".
SRO- "Standing Room Only".
S/S – **SS** – "Steamship".
SSA – "Social Security Act".
SSS – "Selective Service System".
SST – "Super Sonic Transport".
ST – "Short Ton".
ST.EX – "Stock Exchange".
STG – "Sterling".
STOL – "Short Take Off and Landing".
SUB – "Supplemental Unemployment Benefits".
SV – "Sub Voce".
SYD – "Sum-Of-the Year's Digits Depreciation".

T

T & E – "Travel & Entertainment".
TA – "Teaching Assistant"; "Telegraphic address".
TB – "Treasury Bill"; "Trial Balance".
TCR – "Total Customer Responsiveness".
TEFRA – "Tax Equity and Fiscal Responsibility Act of 1982".
TEMP – "Temporary Secretary".
TGWU – "Transport and General Workers' Union".
TIAA – "Teachers Insurance and Annuity Association".
TL – "Truck-Load"; "Total loss".
TLC – "Tender Loving Care".
TM – "Trademark".
TMO – "Telegraphic Money Order".
TO – "Turnover"; "Telephone Office".
TOFL – "Trailer On Flat Car".
TQC – "Total Quality Control".
TR – **T/R** – "Trust Receipt"; "Telegram to be called for"; "Transfer".
TSA – "Tax Sheltered Annuity".
TT – "Telegraphic Transfer".
TU – "Trade Union".

TUC – "Trades Union Congress".
TVA – "Tennessee Valley Authority".
TWX – "Teletypewriter Exchange".
TX – "Telex".

U

UAW – "United Auto Workers".
UCC – "Uniform Commercial Code".
UCCC – "Uniform Consumer Credit Code".
UCLA – "University of California at Los Angeles".
UFCW – "United Food & Commercial Workers".
UFO – "Unidentified flying object".
UFW – "United Farm Workers".
UGT – "Urgent".
UHF – "Ultra High Frequency".
UK – "United Kingdom".
UL – "Underwriters Laboratory".
UMW – "United Mine Workers".
UN – "United Nations".
UNB&T – "University National & Trust".
UNCTAD – "United Nations Conference On Trade And Development".
UNDP – "United Nations Development Program".
UNEP – "United Nations Environment Program".
UNESCO – "United Nations Education, Scientific and Cultural Organization".
UNFPA – "United Nations Fund for Population Activities".
UNHCR – "Office of the "United Nations High Commissioner for Refugees".
UNICEF – "United Nations International Children's Emergency Fund".
UNIDO – "United Nations Industrial Development Organization".
UNITAR – "United Nations Institute for Training and Research".
UNIVAC – "Universal Atomic Computer".
UNU – "United Nations University".
UPA – "Uniform Partnership Act".
UPC – "Universal Product Code".
UPI – "United Press International".
UPS – "United Parcel Service".
UPU – "Universal Postal Union".
USC – "Under separate".
USDA – "United States Department of Agriculture".
USED – "United States Education Department".

USGS – "United States Geological Survey".
USIS – "United States Information Service".
USITC – "Unted States International Trade Commission".
USTR – "United Stattes Trade Representative".
USS – "United States Ship".
USTC – "United States Tariff Commission".
USX – "Formerly U.S Steel".
U/W – "Underwriter".

V

V – "Volt".
VA – "Veterans Administration".
VAL – "Value".
VAT – "Value-Added Tax".
VC – "Variable Cost".
VDT – "Video Display Terminal".
VEEP – "Vice-President".
VFW – "Veterans of Foreign Wars".
VHF – "Very High Frequency".
VHR – "Very Highly Recommended".
VHS – "Video Home System".
VIP – "Very Important Person".
VLSIC – "Very large Scale Integrated Circuit".
VMS – "Vertical Marketing System".
VO – "Voice Over".
VOA – "Voice of American".
VP – "Vice-President".
VPI – "Very Promotable Item".
VRA – "Voluntary Restraint Agreement".
VTOL – "Vertical Take-Off and Landing".

W

WFP – "World Food Program".
WFTU – "World Federation of Trade Unions".
WG – "Weight Guaranteed".
WHO – "World Health Organization".
WHSE – "Warehouse".
WIN – "Work Incentive Program".
WIP – "Work In Process".
WIPO – "World Intellectual Property Organization".
WMO – "World Meteorological Organization".
WOG – "With other Goods".

WP – "Weather Permitting"; "Without Prejudice".
WPA – "Works Progress Administration".
WPM – "Words Per minute".
WPPSS – "Washington Public Power Supply System".
WR – "Warehouse Receipt"; "War Risk".
WT – "Weight".
W/W – "Warehouse Warrant".
WWD – "Weather Working Day".

XYZ

X – "Ex dividend".
X.C – "Ex-Coupon".
X.I – "Ex-Interest".
XL – "Extra Large".
X-N – "Ex New Shares".
XS – "Extra Small".
XXL – "Extra, Extra Large".
Y/A – YAR – "York Antwerp Rules".
YD – "Yard".
YMCA – "Young Men's Christian Association".
YR – Y – "Year".
YRLY – "Yearly".
YUPPIE – "Young Urban Professional".
YWCA – " Young Women's Christian Association".
ZBB – "Zero-Based Budgeting".
ZIP – "Zone Improvement Plan".
ZPG – "Zero Population Growth".

DANH SÁCH CÁC CHỨC NGHIỆP
LIST OF JOB TITLES

Accountant - Kế toán viên.

Actor - Nam diễn viên; kép hát; nam tài tử (chớp bóng).

Actress - Nữ diễn viên; đào hát; nữ tài tử (chớp bóng).

Advertising person - Quảng cáo viên.

Advisor - Cố vấn.

Airline employee - Nhân viên hãng không.

Anchor person/News broadcaster - Xướng ngôn viên vô tuyến truyền hình/ Xướng ngôn viên vô tuyến truyền thanh.

Apprentice - Tập sự viên, người học nghề.

Architect - Kiến trúc sư.

Artist - Nghệ sĩ (họa sĩ, thi sĩ, văn sĩ, nhạc sĩ, điêu khắc gia ...).

Assistant professor - Giảng viên đại học.

Astrologer - Chiêm tinh gia.

Astronaut/Cosmonaut - Phi hành gia không gian (Mỹ)/Phi hành gia (Liên sô).

Athlete - Lực sĩ.

Attorney at law - Cố vấn pháp luật; trạng sư.

Auto mechanic - Thợ sửa máy xe hơi.

Aviator - Hoa tiêu; người điều khiển loại máy bay to.

Baby-sitter - Người giữ trẻ; người được thuê coi trẻ con khi cha mẹ đi vắng.

Bagger - Người vô bao (thực phẩm, các bộ phận điện tử, v.v..).

Baker - Thợ làm bánh mì hay bánh ngọt.

Bank teller - Thu-chi ngân viên (ngân hàng).

Barber - Thợ hớt tóc.

Bartender - Người đứng ở quầy rượu có nhiệm vụ pha rượu cho khách hàng, người chiêu đãi rượu.

Bell caster - Thợ đúc chuông.

Biologist - Nhà sinh vật học.

Blacksmith - Thợ rèn.

Blue collar worker - Nhân viên thuộc thành phần lao động.

Bookkeeper - Người giữ sổ sách chi thu.

Bookseller - Người bán sách; chủ tiệm sách.

Bricklayer - Thợ hồ; thợ nề.

Bus boy - Phụ bồi nhà hàng.

Bus driver - Tài xế xe buýt.

Butcher- Người cắt thịt; người bán kẹo, bánh, báo, thức uống trên xe lửa, ở sân vận động, v.v..

Butler - Quản gia.

Cab driver/Taxi driver - Tài xế tắc xi.

Cabinet maker - Thợ đóng tủ.

Cardiologist - Bác sĩ chuyên về tim.

Carpenter - Thợ mộc.

Cartoonist- Hoạt họa viên, người vẽ tranh hoạt biếm.

Cashier - Thu ngân viên.

Caster - Thợ đúc.

Caterer - Người chuyên lo việc thết đãi các yến ẩm (banquet).

Chauffeur - Tài xế xe nhà.

Chef - Thợ nấu ăn chánh.

Chemist- Dược sử, bào chế sư, nhà hoá học.

Chiromancer/Palm reader - Thầy bói chỉ tay.

Chiropractor - Người chuyên trị bệnh trặc xưởng sống, trặc gân liên quan đến thần kinh hệ.

Civil servant - Công chức, công bộc.

Clergyman - Mục sư (đạo tin lành).

Clerk - Thợ ký.

Clerk typist - Thợ ký đánh máy.

Cobbler/Shoemaker - Thợ đóng và sửa giày.

Computer programmer- Thảo chưởng viên điện toán.

Concierge - Nhân viên chỉ dẫn (khách sạn): phụ giúp khách mua vé chớp bóng, vé hát, đi thăm viếng thắng cảnh địa phương, v.v..

Confectioner - Thợ làm mứt, thợ làm kẹo.

Cook/Chef - Thợ nấu ăn, đầu bếp chánh.

Coroner/Medical examiner- Viên khám nghiệm tử thi trong các vụ tai nạn, ám sát, v.v..

Correspondent - Thông tín viên.

Cosmonaut/Astronaut- Phi hành gia (Liên Sô)/Phi hành gia (Mỹ).

Counselor - Cố vấn.

Curator - Người bảo quản viện bảo tàng.

Custodian/Janitor - Lao công.

Customs official - Viên chức quan thuế.

Day care operator - Nhà giữ trẻ (ban ngày).

Dean (of faculty) - Viện trưởng/khoa trưởng.

Delivery person - Người đi giao hàng.

Dental assistant - Nha tá.

Dentist - Nha sĩ.

Detective - Viên mật thám.

Dietician - Nhân viên chuyên khảo sát phẩm chất và số lượng thức ăn và thức uống; chuyên viên dinh dưỡng.

Diplomat - Nhân viên ngoại giao; nhà ngoại giao.

Dishwasher - Người rửa chén (tiệm ăn, viện dưỡng lão, v.v..).

Diver - Thợ lặn.

Doctor - Bác sĩ; tiến sĩ, thạc sĩ.

    in medicine - bác sĩ y khoa.

    in philosophy - tiến sĩ triết học.

Dog groomer- Người cắt và chải lông chó.

Draftsman - Họa viên; người vẽ mẫu máy móc, kiến trúc.

Dressmaker - Thợ may y phục đàn bà.

Driver - Tài xế; người đánh xe ngựa, bò.

Driving instructor - Thầy dạy lái xe.

Druggist - Nhà bào chế; người bán thuốc; dược sĩ.

Dyer - Thợ nhuộm.

Economist - Kinh tế gia.

Electrician - Thợ điện, chuyên viên điện khí.

Embroider - Thợ thêu.

Engineer - Kỹ sư; công binh (quân đội); người điều khiển và trông coi đầu máy xe lửa.

    agricultural - canh nông.

    bridge and road - kiều lộ hay cầu cống.

    civil - công chánh.

    electrical - điện.

    mechanical - cơ khí.

    mining - hầm mỏ.

Entertainer - Người hát hay làm trò vui cho những người khác: hoạt náo viên, diễn viên, kịch sĩ hài hước, v.v.; người đãi tiệc.

Entrepreneur- Nhà thầu; thương chủ.

Farmer - Chủ nông trại; nhà nông; điền chủ.

Farmhand - Tá điền; nông phu.

Fashion designer- Người vẽ kiểu thời trang (quần áo).

Financier- Viên lý tài, người xuất vốn.

Fire fighter- Lính cứu hỏa (nhà, rừng, v.v..).

Fireman - Lính cứu hỏa (trên xe lửa, trên tàu, v.v..).

Fisherman - Ngư phủ, ngư hộ, người làm nghề đánh cá.

Fitter - Thợ nguội.

Flight attendant/Stewardess - Chiêu đãi viên hàng không.

Florist- Người bán hoa, người trồng hoa.

Foreman - Cai thợ.

Forester - Lính , đội kiểm lâm.

Garbage collector/Sanitation engineer - Người đổ rác.

Gardener- Người làm vườn.

General practice doctor - Bác sĩ toàn khoa.

Geologist- Nhà địa chất học.

Glazier - Thợ làm kiến.

Goldsmith - Thợ kim hoàn.

Government official - Nhân viên công quyền, công lực.

Guard - Người canh gác; cai ngục.

Hairdresser/Hairstylist - Thợ làm tóc, thợ uốn tóc.

Housekeeper - Quản gia; bồi phòng khách sạn.

Housewife/Homemaker - Người nội trợ.

Immigration official - Nhân viên sở di trú.

Industrialist - Kỹ nghệ gia.

Inspector - Thanh tra, kiểm tra viên.

Instructor - Huấn luyện viên; giáo viên.

Interior designer- Nhà trang trí (trong nhà, công sở, v.v..).

Interpreter - Thông dịch viên.

Investigator - Điều tra viên.

Janitor - Phu quét dọn; lao công.

Jeweler- Thợ bạc, thợ kim hoàn.

Journalist- Nhà viết báo, ký giả.

Judge - Quan tòa, quan tài phán.

Junk dealer - Người mua bán đồ vụn (ve chai, lon nhôm, xe cũ,v.v..).

Kindergarten teacher - Giáo viên lớp mẫu giáo.

Knife grinder - Thợ mài dao.

Laborer - Thợ thuyền, người làm việc tay chân.

Landscaper- Người phác họa, thiết kế khu vườn thành phong cảnh.

Laundry worker - Thợ giặt ủi.

Lawyer - Luật sư, trạng sư.

Librarian - Người giữ thư viện.

Locksmith - Thợ làm và sửa ống khóa.

Lumber-jack - Tiều phu, người đốn cây trong rừng.

Lumberman - Người bán cây (gỗ); người khai phá rừng.

Machinist - Thợ tiện; thợ máy.

Maid - Bồi phòng khách sạn; đầy tớ gái.

Mailman (mail carrier) - Người đưa thư.

Maitre D'(hotel) - Viên quản lý hay chủ khách sạn; bồi trưởng.

Manager - Quản lý.

Manicurist - Thợ làm móng tay (cắt, sửa).

Mason - Thợ nề, thợ hồ.

Mechanic - Thợ máy (cơ khí).

Medical doctor - Bác sĩ y khoa.

Merchant - Nhà buôn; người mua sỉ hàng nhập cảng rồi bán lại cho các tiệm bán lẻ.

Merchant marine - Nhân viên, thủy thủ tàu chở hàng, tàu buôn (trừ viên hoa tiêu).

Metal worker - Thợ kim thuộc.

Midwife - Nữ hộ sinh.

Military personnel - Nhân viên dân sự làm việc trong các cơ quan quân sự như trại lính, phi trường, v.v.

Miner - Thợ mỏ.

Missionary - Nhà truyền giáo; giáo sĩ truyền đạo; người được phái đi công cán.

Model - Người mẫu, người mặc quần áo mẫu theo thời trang.

Mortician - Người chuyên lo tổ chức đám táng.

Musician - Nhạc sĩ.

Neurologist - Bác sĩ thần kinh học.

Newspaper reporter - Phóng viên nhà báo.

Notary (public) - Quan chưởng khế, nô-te.

Novelist - Tiểu thuyết gia.

Nurse - Y tá, điều dưỡng viên.

    aid - Y công.

    assistant - Tá viên điều dưỡng.

    registered - điều dưỡng viên có bằng hành nghề (có cấp bằng 4 năm đại học).

Obstetrician (OB doctor) - Bác sĩ sản khoa.

Office worker - Nhân viên văn phòng.

Ophthalmologist - Bác sĩ nhãn khoa, chuyên về mắt.

Optician - Người làm và bán kiếng đeo mắt.

Optometrist - Chuyên viên đo thị lực.

Painter - Thợ sơn.

Palm reader/Chiromancer - Thầy bói chỉ tay.

Paraprofessional - Nhà chuyên môn, chuyên viên; kỹ thuật gia.

Pharmacist - Dược sĩ.

Photographer- Nhiếp ảnh viên, thợ chụp hình.

Physician - Y sĩ.

Piece-worker - Thợ làm khoán.

Pilot - Phi công (tàu bay); viên hoa tiêu (tàu thủy).

Plastic surgeon- Bác sĩ giải phẫu thẩm mỹ.

Plumber - Thợ hàn chì, thợ nguội; thợ sửa ống nước.

Podiatrist- Bác sĩ chuyên chữa bệnh về chân.

Police officer - Nhân viên cảnh sát.

Politician - Chính trị gia; chính khách.

Porter - Phu khuân vác bến tàu, ga xe lửa, sân bay, phi trường.

Postal employee - Nhân viên bưu chính.

Principal- Hiệu trưởng (trưởng tiểu học và trung học).

Printer - Thợ in.

Private detective - Thám tử tư.

Producer/Stage manager (TV, Movies) - Đạo diễn (Truyền hình, chớp bóng).

Professor - Giáo sư đại học.

Prostitute - Kỹ nữ, gái hành nghề mãi dâm, gái ăn sương.

Psychiatrist - Bác sĩ khoa tâm trí.

Psychologist - Nhà tâm lý học.

Public relations person (PR person) - Nhân viên giao tế dân sự.

Publisher - Nhà xuất bản, phát hành; chủ báo.

Pupil - Học trò, học sinh.

Retired person, retiree - Người đã về hưu, không làm việc nữa.

Sailor - Thủy thủ.

Salesman/Saleswoman - Người bán hàng hay rao hàng.

Sanitation engineer/Garbage man - Người đổ rác.

Scholar - Nhà bác học, học giả.

Scientist - Khoa học gia.

Sculptor - Nhà điều khắc.

Secretary - Thơ ký.

Seismologist - Nhà khảo cứu địa chấn học (động đất).

Service station attendant - Người làm ở trạm xăng.

Shepherd- Người chăn cừu.

Shoemaker/Cobbler - Thợ đóng và sửa giầy.

Singer - Ca sĩ.

Social worker/Case worker - Nhân viên phụ trách phòng xã hội.

Soldier - Quân nhân, chiến sĩ, lính chiến.

Spy - Gián điệp, điệp viên.

Statistician- Thống kê viên.

Stockbroker - Người môi giới mua bán chứng khoán; kinh kỷ nhân.

Student - Học sinh (trung học); sinh viên (đại học).

Supervisor - Viên giám thị.

Surgeon - Bác sĩ giải phẫu.

Tailor/Seamstress - Thợ may âu phục/thợ may y phục.

Teacher - Nhà giáo (thầy, cô), giáo viên.

Teacher's aid - Trợ giáo viên, phụ tá giáo viên.

Teaching assistant - Giảng viên đại học.

Trader - Thương gia, nhà buôn.

Translator - Người phiên dịch; dịch giả.

Travel agent - Đại diện hãng du lịch.

Type-setter - Thợ sắp chữ.

Typist - Thư ký đánh máy.

Upholsterer - Thợ bọc ghế nệm.

Veterinarian- Bác sĩ thú y.

Waiter - Bồi bàn (nam).

Waitress - Bồi bàn (nữ); nữ chiêu đãi viên.

Warden - Viên xếp khám.

Watch repairer - Thợ sửa đồng hồ.

Watchmaker - Thợ làm hay sửa đồng hồ.

Welder - Thợ hàn.

White collar worker - Nhân viên thuộc văn phòng.

Writer - Nhà văn; soạn giả; ký giả; văn sĩ.

Zoo keeper - Người chăm sóc thú vật và quét dọn thảo cầm viên.

Zoologist - Nhà động vật học.

NHỮNG BẢNG CẤM VÀ CHỈ DẪN
THÔNG THƯỜNG
COMMON SIGN BOARDS

Adult/Children (under 12) – Người lớn/Trẻ em (dưới 12 tuổi).

Apartment for rent – Phố cho mướn.

Authorized Personnel only – Chỉ dành cho nhân viên hành sự.

Beware of dog – Coi chừng chó dữ.

Beware of pickpockets – Coi chừng móc túi.

Clearance sale – Bán "Xôn".

Closed – Đóng cửa.

Danger! – Nguy hiểm!.

Dead end/Outlet – Ngõ cụt/Ngõ ra.

Detour – Đi vòng; sang ngã khác.

Do not disturb – Xin đừng quấy rầy.

Emergency exit – Lối ra khi khẩn cấp.

Employees only – Chỉ dành riêng cho nhân viên.

English spoken – (Nơi đây) Nói tiếng Anh.

Entrance (way in) – Lối vào.

Exit (way out) – Lối ra.

Fire escape – Ngõ thoát khi hỏa hoạn.

Fire extinguisher – Bình chữa lửa.

For sale – Bán.

Free/Please take one – Miễn phí/ Xin lấy một. (bản, cuốn, v.v..).

Fragile – Dễ vỡ, dễ gãy, dễ bể.

Gentlemen, Ladies – Quí Ông, quí Bà.

Handle with care – Xin nhẹ tay.

Help wanted – Cần người giúp việc.

Hospital – Bệnh viện/Nhà thương.

House for rent – Nhà cho mướn.

Information – Chỉ dẫn.

Keep dry – Xin giữ khô ráo.

Keep out/ Off limit – Cấm xâm phạm.

Lavatory – Phòng rửa tay.

No horn – Cấm bóp kèn.

No loitering – Cấm lai vãng.

No parking – Cấm đậu xe.

No smoking – Cấm hút thuốc.

No spitting – Cấm khạc nhổ.

No trespassing – Cấm bước qua, cấm vượt qua.

Not for sale – Không bán.

On strike – Đang bãi công/ làm reo.

Open – Mở cửa.

Open to public – Mở cửa công cộng.

Pedestrian's crossing, Cross walk – Đường dành cho bộ hành qua đường.

Please don't touch – Xin đừng sờ.

Post no bills – Cấm dán giấy.

Private – Tư hữu, cấm xâm nhập.

Public telephone – Điện thoại công cộng.

Railroad crossing: Stop, listen, look – Coi chừng đường rầy xe lửa: dừng lại, lắng nghe, nhìn kỹ.

Reserved – Chỗ dành riêng.

Rest area – Trạm nghỉ chân.

Restricted area – Khu vực hạn chế, vùng cấm địa.

Ring – Xin bấm chuông.

Safety first – An toàn trên hết.

School – Trường học.

Slippery when wet – Trơn trợt khi ướt.

Slow down – Chậm lại; bớt tốc độ.

Sold – Đã bán.

Speed limit (40 MPH) – Tốc độ giới hạn (40 dặm/ giờ).

Toilet/ Restroom – Cầu tiêu.

Use no hooks (freight cargo) – Đừng dùng móc (hãng vận tải).

Warning: high voltage – Cẩn thận: điện thế cao.

"Welcome" – "Chào mừng".

Wet floors – Sàn ướt.

Wet paint – Sơn ướt.

X'mas sale – Giá hạ dịp giáng sinh.

NHỮNG DANH TỪ TẬP HỢP

NHỮNG DANH TỪ TẬP HỢP - HẢI VẬT TÍNH, SÚC VẬT, LOẠI BÒ SÁT, THẢO MỘC, NGƯỜI TA, V.V...

COLLECTIVE NOUNS - SEA-LIFE, ANIMALS, BEASTS, REPTILES, PLANTS, PEOPLE, ETC.

1. **BALL** OF CLAMS – ĐỐNG SÒ.
2. **BAND** OF GORILLAS – BẦY DÃ NHÂN.
3. **BEVY/BRACE** OF QUAIL – ĐÀN CHIM CÚT.
4. **BRACE** OF KIPPERS – ĐÀN / BẦY CÁ HỐI TRỐNG.
5. **BROOD** OF CHICKENS – ĐÀN/BẦY GÀ.
6. **CAST** OF HAWKS – ĐÀN/ BẦY DIỀU HÂU.
7. **CHARM** OF FINCHES – ĐÀN/BẦY CHIM MAI HOA.
8. **CHARM** OF GOLDFISH – ĐÀN/BẦY CÁ VÀNG, CÁ LIA THIA.
9. **CLOWDER** OF CATS – BẦY MÈO.
10. **CLUTTER** OF CATS – BẦY MÈO
11. **COLONY** OF BEES – TỔ ONG.
12. **COVEY** OF PARTRIDGES – Ổ CHIM ĐA, BẦY CHIM ĐA ĐA.
13. **COVEY** OF QUAIL – Ổ CHIM CÚT, BẦY CHIM CÚT.
14. **CRASH** OF RHINOCEROSES – BẦY TÂY NGƯU, TÊ GIÁC.
15. **DRIFT** OF HOGS – BẦY HEO.
16. **DROVE** OF OXEN – BẦY BÒ, ĐÀN BÒ.
17. **EXALTATION** OF LARKS – ĐÀN CHIM SỞN CA, THẰNG CA.
18. **FLOCK** OF GEESE / GAGGLE OF GEESE – BẦY, ĐÀN NGỖNG.
19. **FLOCK** OF SHEEP – ĐÀN, BẦY TRỪU, CỪU.
20. **GAGGLE** OF GEESE / FLOCK OF GEESE – BẦY, ĐÀN NGỖNG.
21. **GAM** OF WHALES – BẦY, ĐÀN CÁ ONG, CÁ VOI.
22. **GRIST** OF BEES – ĐÀN ONG.
23. **HERD** OF BUFFALO – BẦY TRÂU NƯỚC.

24. **HERD** OF CATTLE – BẦY GIA SÚC.

25. **HERD** OF ELEPHANTS – ĐÀN, BẦY VOI.

26. **HERD** OF GOATS – BẦY DÊ.

27. **HOARD** OF GNATS – ĐỐNG MUỖI.

28. **KINDLE** OF KITTENS – BẦY MÈO CON.

29. **KNOT** OF TOADS / LEWD OF TOADS – BẦY ẾCH.

30. **LABOR** OF MOLES – ĐÁM, LŨ CHUỘT CHUI.

31. **LEAP** OF LEOPARDS – BẦY BEO GẤM, BÁO.

32. **LEWD** OF TOADS / KNOT OF TOADS – BẦY ẾCH.

33. **LIAR** OF SPIDERS – Ổ NHỆN, ĐÀN NHỆN.

34. **LITTER** OF PIGS – LỨA HEO, BẦY HEO.

35. **LITTER** OF PUPS – BẦY CHÓ.

36. **LODGE** OF BEAVER – BẦY HẢI LY.

37. **MURDER** OF CROWS – BẦY QUẠ.

38. **MUSTER** OF PEACOCKS – BẦY CÔNG.

39. **NEST** OF SQUIRRELS – LỖ SÓC Ổ.

40. **NEST** OF VIPERS – Ổ RẮN.

41. **PACK** OF WOLVES – ĐÀN CHÓ SÓI.

42. **PADDLING** OF DUCKS – BẦY, ĐÀN VỊT.

43. **PARLIAMENT** OF OWLS – BẦY CHIM CÚ.

44. **PEEP** OF CHICKENS – BẦY, ĐÀN GÀ.

45. **POD** OF SEALS – BẦY HẢI CẤU.

46. **POD** OF WHALES – ĐÀN (IT) CÁ VOI.

47. **PRIDE** OF LIONS – ĐÀN, BẦY SỬ TỬ.

48. **RAFTER** OF TURKEYS – ĐÁM GÀ TÂY.

49. **RAG** OF COLTS – ĐÀN NGỰA CON.

50. **SCHOOL** OF FISH – BẦY CÁ, ĐÀN CA.

51. **SCHOOL** OF WHALES – ĐÀN CÁ VOI.

52. **SHOAL** OF PORPOISES – ĐÀN CÁ HEO.

53. **SHREWDNESS** OF APES – BẦY KHỈ (LOẠI KHÔNG ĐUÔI).

54. **SIEGE** OF HERONS – BẦY, ĐÁM CÒ DIỆC.

55. **SKULK** OF FOXES – BẦY CHỒN.

56. **SLOTH** OF BEARS – BẦY GẤU.

57. **SMACK** OF JELLYFISH – ĐÀN SỨA.

58. **SPAN** OF HORSES – CẶP NGỰA.

59. **SPAN** OF MULES – CẶP LỪA.

60. **SWARM** OF BEES – ĐÀN ONG.

61. **SWARM** OF LOCUSTS – ĐÁM CHÂU CHẤU.

62. **TRIBE** OF GOATS / TRIP OF GOATS – BẦY DÊ.

63. **TROOP** OF BABOONS – BẦY VƯỢN.

64. **TROOP** OF KANGAROOS – ĐÀN, BẦY ĐẠI THỬ (CĂN GA RU, GIỐNG ĐỘNG VẬT Ở ÚC CHÂU CÓ TÚI Ở BỤNG ĐỂ ĐEO CON).

65. **UNPLEASANTNESS** OF RAVENS – BẦY QUẠ.

66. **WATCH** OF NIGHTINGALES – ĐÀN CHIM HỌA MI, CHIM OANH.

NHỮNG DANH TỪ TẬP HỢP - THỰC VẬT, HẠT, THỂ LỎNG
COLLECTIVE NOUNS - VEGETABLES, GRAINS, LIQUIDS.

1. **BAG** OF GROCERIES / SACK OF GROCERIES – BỊCH ĐỒ ĂN.

2. **BALES** OF HAY – BÀNH RỚM.

3. **BARREL** OF APPLES – THÙNG TÁO, BÔM.

4. **BARREL** OF BEER – THÙNG BIA.

5. **BARREL** OF WHISKEY – THÙNG RƯỢU "HUÝT-KY".

6. **BOWL** OF SOUP – CHÉN, BÁT SÚP.

7. **BOX** OF CANDY – HỘP KẸO.

8. **BUNCH** OF BANANAS – NẢI CHUỐI.

9. **BUNCH** OF CARROTS – BÓ CÀ RỐT

10. **BUNCH** OF RADISHES – BÓ CỦ CẢI ĐỎ.

11. **BUSHEL** OF GRAIN – GIẠ LÚA (36 LÍT 3176).

12. **CAN** OF SOUP – HỘP, LON SÚP.

13. **CARAFE** OF WINE – BẦU RƯỢU, BÌNH RƯỢU.

14. **CASE** OF BEER / KEG OF BEER – KẾT BIA.

15. **CLUMP** OF TREES – MỘT LÙM CÂY, ĐÁM CÂY.

16. **CLUSTER** OF GRAPES – CHÙM NHO.

17. **CORD** OF WOOD – THƯỚC CỦI (ĐƠN VỊ ĐO CỦI BẰNG 128 CUBIC FEET).

18. **CORDIAL** OF WINE – LỌ RƯỢU LOẠI DẸP (ĐỂ BỎ TÚI).

19. **CUP** OF COFFEE – TÁCH CÀ PHÊ.

19. **CUP** OF TEA – TÁCH TRÀ.

20. **DECANTER** OF WINE – BÌNH PHA LÊ ĐỰNG RƯỢU.

21. **DRAM** OF PERFUME – CHAI, LO DẦU THƠM.

22. **FLASK** OF WHISKEY – CHAI RƯỢU "HUYT-KY".

23. **FLASK** OF WINE – CHAI RƯỢU CỔ DÀI

24. **FLAT** OF STRAWBERRIES – TRĂNG TRÁI DÂU.

25. **GALLON** OF GASOLINE – GA LÔNG XĂNG (4 LÍT).

26. **GARLAND** OF GARLIC – XÂU TỎI.

27. **GLASS** OF WINE – LY RƯỢU.

28. **HEAD** OF LETTUCE – CÂY CẢI (XÀ LÁCH).

29. **JAR** OF FRUIT – HŨ TRÁI CÂY.

30. **JIGGER** OF WHISKEY – CHAI RƯỢU" HUYT-KY".

31. **LITER** OF GASOLINE – LÍT XĂNG.

32. **LOAF** OF BREAD – Ổ BÁNH MÌ.

33. **MAGNUM** OF WINE – BÌNH RƯỢU (2 LÍT).

34. **MESS** OF GREENS (TURNIP) – BÓ CẢI.

35. **MORSEL** OF FOOD – MIẾNG ĐỒ ĂN.

36. **MUG** OF BEER – CỐC BIA.

37. **PAT** OF BUTTER – CỤC, MIẾNG BƠ.

38. **PECK** OF PEPPERS – KHAY TIÊU (ỚT).

39. **POD** OF PEAS – TRÁI ĐẬU.

40. **PONY** OF BRANDY – LY RƯỢU MẠNH, RƯỢU CÔ NHÁC.

41. **RICK** OF HAY – ĐỤN RƠM, CÂY RƠM.

42. **RICK** OF WOOD – ĐỐNG GỖ, ĐỐNG CÂY.

43. **SACK** OF FLOUR – BỊCH BỘT.

44. **SACK** OF GROCERIES / BAG OF GROCERIES – TÚI THỰC PHẨM, BỊCH ĐỒ ĂN.

45. **SCHOONER** OF BEER – LY (LON) BIA.

46. **SHOT** OF WHISKEY – TIA RƯỢU "HUYT-KY".

47. **SIDE** OF BEEF – SƯỜN BÒ.

48. **SNIFFER** OF BRANDY – LY RƯỢU MẠNH (LOẠI BẦU DỤC).

49. **SPRIG** OF MINT – NGỌN RAU HÚNG.

50. **STACK** OF HAY – BÓ RƠM.

51. **STALK** OF BANANAS – QUẦY CHUỐI.

52. **STALK** OF CELERY – BỤI CẦN .

53. **STALK** OF CORN / EAR OF CORN (COBCORN) – CÂY BẮP / TRÁI BẮP (CÙI BẮP).

54. **STICK** OF GUM – THỎI KẸO CAO SU.

55. **TANKARD** OF BEER – BÌNH LA DE hay BIA (BẰNG PHA LÊ HAY BẰNG NHỰA).

NHỮNG DANH TỪ TẬP HỢP - LINH TINH
COLLECTIVE NOUNS - MISCELLANEOUS

1. **ALBUM** OF PICTURES – QUYỂN, CUỐN "AN BUM"; TẬP ẢNH.

2. **BALE** OF COTTON – BÀNH CHỈ.

3. **BALL** OF STRING, TWINE – CUỘN CHỈ (LEN), CUỘN DÂY.

4. **BANDOLIER** / **BANDOLEER** OF CARTRIDGES – DÂY ĐẠN.

5. **BARREL** OF OIL – THÙNG DẦU.

6. **BLADE** OF GRASS / LEAVES OF GRASS – CỌNG CỎ, NGỌN CỎ.

7. **BLINK** OF THE EYE – CÁI NHÁY MẮT.

8. **BOLT/FLASH** OF LIGHTNING – SÉT ĐÁNH.

9. **BOLT** OF CLOTH – CÂY VẢI.

10. **BONE** OF CONTENTION – NGUYÊN NHÂN BẤT HÒA.

11. **BUCKET** OF WORMS – GIỎ MỒI.

121

12. **BUNDLE** OF CLOTHES – GÓI QUẦN ÁO, XẤP QUẦN ÁO.

13. **BUNDLE** OF NEWSPAPERS – GÓI BÁO. XẤP BÁO.

14. **CACHE** OF WEAPONS – KHO, HẦM VŨ KHÍ.

15. **CAST** OF CHARACTERS – VAI TUỒNG.

16. **CHAIN** OF EVENTS – LOẠT, CHUỖI BIẾN CỐ.

17. **CHAIN** OF MOUNTAINS – DẪY NÚI.

18. **CHAMBER** OF HORRORS – PHÒNG GHÊ RỞN, KHIẾP SỢ (PHÒNG CHỨNG BÀY NHỮNG DỤNG CỤ, NHỮNG VẬT GIẾT NGƯỜI KHIẾN NGƯỜI TA PHẢI KHIẾP SỢ).

19. **CLAP** OF THUNDER – TIẾNG SẤM.

20. **CLOISTER** OF NUNS – NỮ TU VIỆN.

21. **COAT** OF PAINT – LỚP SƠN NGOÀI.

22. **COIL** OF ROPE – CUỐN DÂY (THỪNG).

23. **COLLEGE** OF CARDINALS – ĐOÀN HỒNG Y .

24. **CONVOY** OF TRUCKS – ĐOÀN XE VẬN TẢI.

25. **CRY** OF OUTRAGE – TIẾNG LA HÉT .

26. **CURLS** OF HAIR – LỌN TÓC QUẤN.

27. **DECK** OF CARDS – BỘ BÀI.

28. **DROP** OF MEDICINE – GIỌT THUỐC.

29. **DROP** OF RAIN; - OF TEARS – GIỌT MƯA, HẠT MƯA; GIỌT NƯỚC MẮT.

30. **FLASH/BOLT** OF LIGHTNING – SÉT ĐÁNH.

31. **FLASK** OF MERCURY – BÌNH THỦY NGÂN.

32. **FLEET** OF AUTOMOBILES – ĐOÀN XE HƠI.

33. **FLEET** OF SHIPS – ĐOÀN TÀU, ĐỘI THUYỀN.

34. **GALLON** OF GASOLINE – GA LÔNG XĂNG (4 LÍT).

35. **GROSS** OF PENCILS – LỐ VIẾT CHÌ.

36. **GROVE** OF TREES – LÙM CÂY, CỤM CÂY, CHÒM CÂY.

37. **HANK** OF HAIR – LỌN , CUỘN TÓC.

38. **HEAP** OF RUBBISH – ĐỐNG GẠCH VỤN, ĐỐNG RÁC.

39. **HOUSE** 0F GAMBLING /DEN OF GAMBLING – SÒNG BẠC.

40. **INGOT** OF IRON – KHỐI SẮT.

41. **KEG** OF NAILS – THÙNG ĐINH.

42. **LAYER** OF PAINT – LỚP SƠN.

43. **LIST** OF NAMES – DANH SÁCH.

44. **MEASURE** OF PUNISHMENT – BIỆN PHÁP TRỪNG TRỊ

45. **MEDLEY** OF SONGS – SỰ HỖN (KẾT) HỢP NHỮNG BÀI CA.

46. **MULTITUDE** OF WORSHIP(P)ERS – VÔ SỐ TÍN ĐỒ.

47. **NEST** OF SAWS – BỘ CƯA.

48. **PACK** OF CIGARETTES – GÓI, BAO THUỐC HÚT (THUỐC LÁ).

49. **PAIR** OF GLOVES – CẶP GĂNG (GĂNG TAY) .

50. **PAIR** OF SCISSORS – CÂY KÉO.

51. **PARTY** OF CONSERVATIVES – ĐẢNG BẢO THỦ.

52. **PASSAGE** OF PROSE – ĐOẠN VĂN.

53. **PASTEL** OF BOOKS – CHỒNG SÁCH.

54. **PATCH** OF GROUND – MIẾNG, MẢNH ĐẤT.

55. **PIECE** OF FURNITURE – CÁI, CHIẾC BÀN GHẾ (TỦ, GIƯỜNG V.V...)

56. **PLAGUE** OF LOCUST – DỊCH CHÂU CHẤU.

57. **PLUG** OF TOBACCO – BÁNH THUỐC LÁ.

58. **POD** OF PEAS – TRÁI ĐẬU.

59. **QUIVER** OF ARROWS – ỐNG TÊN.

60. **RASH** OF ACCIDENTS – LOẠT TAI NẠN.

61. **RATE** OF CHANGE – SUẤT THAY ĐỔI.

62. **RATE** OF EXCHANGE – HỐI SUẤT.

63. **RATE** OF INTEREST – SUẤT LỜI.

64. **RATTLE** OF MUSKETRY – LOẠT NỔ SÚNG TRƯỜNG (SÚNG HOA MAI).

65. **REAM** OF PAPER – MỘT RAM GIẤY(20 MANH, 480 TỜ).

66. **REED** OF GRASS – CỎ SẬY.

67. **REELS** OF FILM – CUỐN PHIM CHIẾU BÓNG.

68. **ROLL** OF COINS – GÓI, BAO TIỀN ĐỒNG.

69. **ROLL** OF FILM – CUỘN PHIM (CHỤP HÌNH).

70. **ROLL** OF STAMPS/BOOK OF STAMPS – CUỐN TEM/ TẬP TEM.

71. **ROSTER** OF NAMES – SỔ ĐIỂM DANH.

72. **ROUNDS** OF AMMUNITION – DÂY ĐẠN.

73. **ROW** OF TREES – HÀNG CÂY.

74. **RULE** OF LAW – QUI LUẬT.

75. **RUSTLE** OF CLOTHING – TIẾNG SỘT XOẠT CỦA ÁO QUẦN.

76. **RUSTLE** OF LEAVES – TIẾNG XÀO XẠT CỦA LÁ CÂY.

77. **SASH** OF CLOUDS – ĐÁM MÂY.

78. **SET** OF DISHES – BỘ ĐĨA.

79. **SET** OF TIRES – BỘ VỎ (XE).

80. **SETS** OF T.V. s – MÁY TRUYỀN HÌNH.

81. **SHADE** OF LIGHT – ĐỘ SÁNG.

82. **SHADE** OF MEANING – SẮC THÁI CHỮ NGHĨA.

83. **SHADES** OF NIGHT – BÓNG ĐÊM.

84. **SHARDS** OF GLASS – MIẾNG, MẢNH KIẾNG (VỤN) BỂ.

85. **SHEET** OF PAPER – TỜ GIẤY.

86. **SHELF** OF BOOKS – KỆ SÁCH.

87. **SHRIEK** OF LAUGHTER – TIẾNG CƯỜI RỘ.

88. **SINGING** OF BIRD – TIẾNG CHIM HÓT.

89. **SKEANE** (SKEIN) OF YARN – CUỘN CHỈ.

90. **SLAB** OF BACON – LÁT THỊT BA RỌI, BA CHỈ.

91. **SLAB** OF GRANITE – PHIẾN ĐÁ HOA CƯƠNG (GRANIT).

92. **SLIVER** OF GLASS – MIẾNG, MẢNH KIẾNG VỤN.

93. **SOUND** OF PAPER – TIẾNG SOẠT CỦA GIẤY.

94. **SPATE** OF BOOKS – CHỒNG SÁCH, ĐỐNG SÁCH.

95. **SPATE** OF STORIES – LOẠT TRUYỆN.

96. **STEM** OF ROSES – CÀNH, CÂY HOA (BÔNG) HỒNG.

97. **STRING** OF CHRISTMAS TREE LIGHTS – ĐÈN GIĂNG TRÊN CÂY GIÁNG SINH.

NHỮNG DANH TỪ TẬP HỢP - NGƯỜI TA
COLLECTIVE NOUNS - PEOPLE

1. **ACTS** OF BRAVERY – CỬ CHỈ, HÀNH ĐỘNG DŨNG CẢM.

2. **ARMY** OF SOLDIERS – ĐOÀN QUÂN.

3. **AUDIENCE** OF PEOPLE – KHÁN THÍNH GIẢ.

4. **BAND** OF ROBBERS – ĐẢNG CƯỚP, TOÁN CƯỚP.

5. **BATTALION** OF SOLDIERS – TIỂU ĐOÀN (QUÂN LÍNH).

6. **BEVY** OF GIRLS – ĐOÀN THIẾU NỮ.

7. **BOARD** OF DIRECTORS – BAN GIÁM ĐỐC.

8. **BOARD** OF TRUSTEES – BAN QUẢN TRỊ.

9. **BRIGADE** OF SOLDIERS – LỮ ĐOÀN (QUÂN LÍNH).

10. **COMMITTEE** OF PEERS – NHÓM ĐỒNG LỬA, ĐỒNG BẠN.

11. **CONGREGATION** OF WORSHIPERS – GIÁO ĐOÀN TÍN ĐỒ

12. **CORPS** OF ENGINEERS – KỸ SỬ ĐOÀN.

13. **CROWD** OF PEOPLE – ĐÁM ĐÔNG NGƯỜI.

14. **DEN** OF THIEVES – BỌN ĂN TRỘM, ĐẠO TẶC, PHƯỜNG ĂI TRỘM.

15. **GALAXY** OF BEAUTIES – ĐOÀN MỸ NỮ, GIAI NHÂN.

16. **HORDE** OF RUFFIANS – LŨ VÔ LẠI, LŨ ĂN CƯỚP, LŨ TÀN ÁC, LŨ DU CÔN.

17. **HOST** OF ANGELS – ĐÀN TIÊN (NỮ)/ ĐOÀN THIÊN THẦN.

18. **MEMBERS** OF A JURY – BỒI THẨM ĐOÀN.

19. **MOB** OF BLACKGUARDS – BỌN ĐỀ TIỆN/ BỌN DÂM ĐÃNG.

NHỮNG DANH TỪ TẬP HỢP - NGƯỜI TA
COLLECTIVE NOUNS - PEOPLE

1. **ACTS** OF BRAVERY – CỬ CHỈ, HÀNH ĐỘNG DŨNG CẢM.

2. **ARMY** OF SOLDIERS – ĐOÀN QUÂN.

3. **AUDIENCE** OF PEOPLE – KHÁN THÍNH GIẢ.

4. **BAND** OF ROBBERS – ĐẢNG CƯỚP, TOÁN CƯỚP.

5. **BATTALION** OF SOLDIERS – TIỂU ĐOÀN (QUÂN LÍNH).

6. **BEVY** OF GIRLS – ĐOÀN THIẾU NỮ.

7. **BOARD** OF DIRECTORS – BAN GIÁM ĐỐC.

8. **BOARD** OF TRUSTEES – BAN QUẢN TRỊ.

9. **BRIGADE** OF SOLDIER – LỮ ĐOÀN (QUÂN LÍNH).

10. **COMMITTEE** OF PEERS – NHÓM ĐỒNG LỨA, ĐỒNG BẠN.

11. **CONGREGATION** OF WORSHIPERS – GIÁO ĐOÀN TÍN ĐỒ.

12. **CORPS** OF ENGINEERS – KỸ SƯ ĐOÀN.

13. **CROWD** OF PEOPLE – ĐÁM ĐÔNG NGƯỜI.

14. **DEN** OF THIEVES – BỌN ĂN TRỘM, ĐẠO TẶC, PHƯỜNG ĂN TRỘM.

15. **GALAXY** OF BEAUTIES – ĐOÀN MỸ NỮ, GIAI NHÂN.

16. **HORDE** OF RUFFIANS – LŨ VÔ LẠI, LŨ ĂN CƯỚP, LŨ TÀN ÁC, LŨ DU   CÔN.

17. **HOST** OF ANGELS – ĐÀN TIÊN (NỮ)/ ĐOÀN THIÊN THẦN.

18. **MEMBERS** OF A JURY – BỒI THẨM ĐOÀN.

19. **MOB** OF BLACKGUARDS – BỌN ĐỂ TIỆN/ BỌN DÂM ĐÃNG.

BẢNG ĐO VÀ CÂN LƯỢNG
TABLES OF WEIGHTS AND MEASURES

Nhiệt độ
Temperature measure

32° Fahrenheit = 0° Celsius   0° Fahrenheit = -17°.8 Celsius

$1°F = 9/5° Celcius + 32°$ $1°C = (F°-32°) X 5/9$

Đơn vị thời gian
Time measure

1 phút (1 minute)	=	60 giây (60 seconds)
1 giờ (1 hour)	=	60 phút (60 minutes)
1 ngày (1 day)	=	24 giờ (24 hours)
1 tuần (1 week)	=	7 ngày (7 days)
1 tháng âm lịch (1 lunar month)	=	28 ngày (28 days)
1 tháng dưởng lịch (1 calendar month)	=	28 hoặc 29 hoặc 30 hoặc 31 ngày (28 or 29 or 30
1 năm thường (1 common year)	=	365 ngày (365 days)
Năm nhuận (1 leap year)	=	366 ngày (366 days)
Năm Julian (1 Julian year)	=	375 1/4 ngày (375 1/4 days)
Năm Thái Dưởng (1 solar or tropical year)	=	365 ngày 5 giờ 48 phút 48 giây (365 days 5 hours 48 minutes 48 seconds)
Năm Thiên Văn (1 sidereal year)	=	365 ngày 6 giờ 9 phút 12 giây (365 days 6 hours 9 minutes 12 seconds)
Năm cận nhật (1 anomalistic year)	=	355 ngày 6 giờ13 phút 49.3 giây (355 days 6 horus 13 minutes 49.3 seconds
1Thập niên (1 decade)	=	10 năm (10 years)
1 Thế kỷ (1 century)	=	100 năm (100 years)

Cân lường gia dụng
Household measures

1 muỗng cà phê (1 teaspoon)	=	120 giọt nước (120 drops) 60 giọt thứ chất lỏng đặc hoặc kẹo.
2 muỗng cà phê (2 teaspoons)	=	1 muỗng ăn tráng miệng (1 dessertspoon)
1 muỗng ăn canh (1 tablespoon)	=	3 muỗng cà phê (3 tea spoons)
1 tách (1 cup)	=	16 muỗng ăn canh (16 table spoons) hay 1/2 pint
1 bát nước (1 cup water)	=	1/2 pound
3 muỗng bột (3 tablespoons flour)	=	1 ounce (oz)
2 muỗng bơ (2 tablespoons butter)	=	1 ounce (oz)
3 muỗng chất to da (thuốc muối) (3 teaspoons soda)	=	1/2 ounce
4 muỗng bột nổi (4 teaspoons baking powder)	=	1/2 ounce
2 bát đường cát (2 cups granulated sugar)	=	1 pound (lb)
3 bát 3/4 đường nhuyễn (3 3/4 cups confectioners' sugar	=	1 pound
2 bát đường bột (2 cups powdered sugar)	=	1 pound
2 bát 3/4 đường cát vàng (2 3/4 cups brown sugar)	=	1 pound
2 bát rưởi bột mì (2 1/2 cups wheat flour)	=	1 pound
3 bát rưởi bột mì nguyên chất, (3 1/2 cups whole wheat flour)	=	1 pound
2 bát rưởi bột lúa mạch (2 1/2 cups buckwheat flour)	=	1 pound
5 bát 1/3 cà phê (5 1/3 cups coffee)	=	1 pound
6 bát rưởi trà (6 1/2 cups tea)	=	1 pound
2 bát mỡ (2 cups lard)	=	1 pound
2 bát bơ (2 cups butter)	=	1 pound
2 bát bột bắp (2 cups corn meal)	=	1 pound
2 bát 3/8 nho khô (2 3/8 cups raisins)	=	1 pound
9 trứng gà	=	1 pound

Cân lường thông dụng Anh và Mỹ
Avoirdupois weight (British-American)

1 dram	=	27 grains 343
1 ounce	=	16 drams
1 stone	=	14 pounds
1 pound	=	16 ounces
100 pounds	=	1 hundredweight
2,000 pounds	=	20 hundredweight
1 short ton	=	20 hundredweight
1 long ton	=	2,240 pounds

Cân vàng bạc (nữ trang)
Troy weight

1 carat	=	3.086 grains
1 pennyweight	=	24 grains
1 ounce	=	20 pennyweight
12 ounces	=	240 pennyweight 1 pound
1 pound	=	5,706 grains

Chiều dài hay đường thẳng
linear measure

1 foot	=	12 inches
1 yard	=	3 feet
1 rod	=	5 1/2 yards or 16 1/2 feet
1 mile	=	320 rods or 1760 yards or 5280 feet or
1 int.nautical mile	=	6076.1155 feet
1 knot	=	1 nautical mile per hour
1 furlong	=	1/8 mile or 660 feet or 220 yards
1 league	=	3 miles or 24 furlongs
1 fathom	=	2 yards or 6 feet
1 chain	=	100 links or 22 yards
1 link	=	7.92 inches
1 hand	=	4 inches
1 span	=	9 inches

Diện tích
Square or area measure

1 square foot	=	144 square inches
1 sq. yard	=	9 sq. feet
1 sq. rod	=	30 1/4 sq. yards or 272 1/4 sq. feet
1 acre	=	160 sq.rods or 43,560 sq.ft.
1 sq. mile	=	640 acres or 102,400 sq. rods
1 sq. rod	=	625 sq. links
1 sq. chain	=	16 sq. rods
1 acre	=	10 sq. chains

Thể tích
volume or cubic measure

1 cubic foot	=	1728 cubic inches
1 cubic yard	=	27 cu. feet
1 register ton (shipping measure)	=	100 cu. feet
1 U.S. shipping ton	=	40 cu. ft.
1 cord	=	128 cu. ft.
1 U.S. liquid gallon	=	4 quarts or 231 cu. inches
1 imperial gallon	=	1.20 U.S. Gallons or 0.16cu. ft.
1 board foot	=	144 cubic inches

Dung tích
Capacity measures
Thể lỏng
Liquid measure

4 gills (gl)	=	1 pint (pt)
2 pints	=	1 quart (qt)
4 quarts	=	1 gallon (gal)
31 1/2 gallons	=	1 barrel (bbl)
2 barrels	=	1 hogshead

Thể khô hoặc đặc
Dry measure

2 pints	=	1 quart
4 quarts	=	1 gallon
2 gallons or 8 quarts	=	1 peck
4 pecks	=	1 struck bushel

BẢN ĐO VÀ CÂN LƯỜNG THEO THƯỚC TÂY
Tables of metric weights and measures

Tiếp đầu ngữ (the prefixes)

Ki lo (kilo)	=	1.000 (một ngàn)
Hecto	=	100 (một trăm)
Deka	=	10 (mười)
Deci	=	0.1 (một phần mười)
Centi	=	0.01 (một phần trăm)
Milli	=	0.001 (một phần ngàn)

Dung lượng bằng lít (volume = liter)

1 kiloliter (kl)	=	1.000 lít
1 hectoliter (hl)	=	100 lít
1 decaliter (dal)	=	10 lít
1 liter (lit)	=	1 lít
1 deciliter (dl)	=	0,1 lít (1 phần mười của 1 lít)
1 centiliter (cl)	=	0,01 lít (1 phần trăm của 1 lít)
1 milliliter	=	0,001 lít (1 phần ngàn của 1 lít)

Trọng lượng bằng gờ-ram (weight=gram)

1 Ki logram (kg)	=	1,000 gờ ram
1 hectogram (hg)	=	100 gờ ram
1 decagram (dag)	=	10 gờ ram
1 gram (g)	=	1gờ ram.
1 decigram (dg)	=	0,1 gờ ram(1/10 của 1 gờ ram)
1 centigram(cg)	=	0,01 gờ ram(1/100 của 1 gờ ram)
1 milligram (mg)	=	0,001 gờ ram(1/1000 của 1 gờ ram)

Chiều dài bằng mét (Length = meter)

1 kilometer (km)	=	1,000 mét
1 hectometer (hm)	=	100 mét
1 decameter (dam)	=	10 mét
1 meter (m)	=	1 mét
1 decimeter (dm)	=	0,1 mét
1 centimeter	=	0,01 mét
1 millimeter	=	0,001 mét

BẢN ĐỐI CHIẾU ĐO VÀ CÂN LƯỜNG

U.S. to metric   **Metric to U.S.**

Chiều dài
Linear measure

U.S. to metric		Metric to U.S.	
1 inch = 2.54 centimeters		1 millimeter = .004 inches	
1 foot = 25.4 millimeters		1 centimeter = .39 inches	
1 yard = .914 meters		1 meter = 39.37 in.	
1 mile = 1.61 kilometers		= 3.2808 ft.	
1,609.344 meters		= 1.093 yards	
		1 kilometer = .6214 mile	

Diện tích
Area measure

U.S. to metric	Metric to U.S.
1 square inch = 6.45 .	1 sq.Cm = .154 sq. inch
1 sq. foot = .092 sq.meter	1 sq. meter = 10.8 sq. ft.
= 144 sq.in.	1 sq. km = .386 sq. mile
= 929.03 sq.Cm	
1 sq. yard = 0.84 sq.meter	
= 9 sq. ft.	
1 sq. mile = 2.59 sq. km	
1 acre = 0.40 hectares	
= 4,047 sq. meters	

Thể tích
Volume or cubic measure

1 cubic yard	=	0.76 cubic meter	1 cu.Cm	=	.061 cu. inch
1 cubic foot	=	0.028317 cu.m.	1 cu.Dm	=	61.02 cu. inch
1 cubic inch	=	0.016 liter	1 cu. m.	=	35.0 cu.ft.
					1.31 cu. yards

Dung tích
Capacity measure

a. Thể khô hoặc đặc
Dry measure

1 peck	=	8.81 liters	1 liter	=	0.908 quart
1 quart	=	1.10 liters			.113 peck
1 bushel	=	35.24 liters			

b. Thể lỏng
Liquid measure

1 fluid ounce	=	9.46 deciliters	1 milliliter	=	.03 fluid ounce
1 quart	=	0.946 liters	1 centiliter	=	.338 fluid ounce
1 Gallon	=	3.78 liters	1 deciliter	=	3.38 fluid ounce
			1 liter	=	1.0567 liquid quarts
				=	0.9081 dry quarts
				=	2.1 pints
			1 decaliter	=	2.64 gallons

TÊN CÁC TIỂU BANG VIẾT TẮT THEO HỆ THỐNG BƯU CHÍNH
STATES ABBREVIATIONS FOR POST OFFICE

ALASKA	AK	MONTANA	MT
ALABAMA	AL	NORTH CAROLINA	NC
ARKANSAS	AR	NORTH DAKOTA	ND
AMERICAN SAMOA	AS	NEBRASKA	NE
ARIZONA	AZ	NEW HAMPSHIRE	NH
CALIFORNIA	CA	NEW JERSEY	NJ
COLORADO	CO	NEW MEXICO	NM
CONNECTICUT	CT	NEVADA	NV
DISTRICT OF COLUMBIA	DC	NEW YORK	NY
DELAWARE	DE	OHIO	OH
FLORIDA	FL	OKLAHOMA	OK
GEORGIA	GA	OREGON	OR
GUAM	GU	PENNSYLVANIA	PA
HAWAII	HI	PUERTO RICO	PR
IOWA	IA	RHODES ISLAND	RI
IDAHO	ID	SOUTH CAROLINA	SC
ILLINOIS	IL	SOUTH DAKOTA	SD
INDIANA	IN	TENNESSEE	TN
KANSAS	KS	TRUST TERRITORY	TT
KENTUCKY	KY	TEXAS	TX
LOUISIANA	LA	UTAH	UT
MASSACHUSETTS	MA	VIRGINIA	VA
MARYLAND	MD	VIRGIN ISLANDS	VI
MAINE	ME	VERMONT	VT
MICHIGAN	MI	WASHINGTON	WA
MINNESOTA	MN	WISCONSIN	WI
MISSOURI	MO	WEST VIRGINIA	WV
MISSISSIPPI	MS	WYOMING	WY

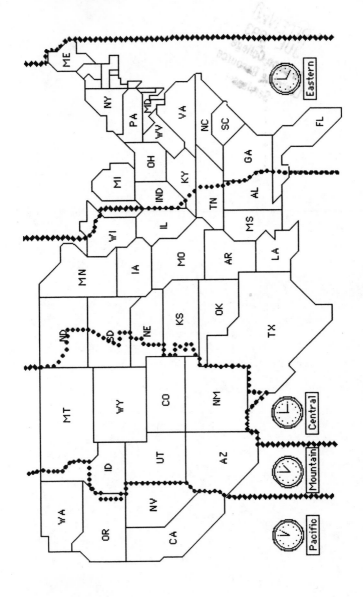

135